வனத்தில் ஒரு மான்

வனத்தில் ஒரு மான்

சிறுகதைகள்

வித்யா சுப்ரமணியம்

Pustaka
EBooks | Audiobooks | Paperback

முதற்பதிப்பு: 2023

First Edition: 2023

Vanathil Oru Maan

வனத்தில் ஒரு மான்

Vidya Subramaniam

வித்யா சுப்ரமணியம்

ISBN: 978-93-94505-35-3

Pustaka
EBooks | Audiobooks | Paperback

Pustaka Digital Media Pvt. Ltd.
#7-002, Mantri Residency,
Bannerghatta Main Road, Bengaluru - 560 076
Karnataka, India
+91 7418555884

பொருளடக்கம்

பாலகுமாரனின் முன்னுரை

அன்பினிய வித்யா சுப்ரமணியம் அவர்களுக்கு, நமஸ்காரம்.

'உங்கள் வாலிபம் என்பது' என்ற சிறுகதை படித்தேன். இதுவரை பல எழுத்தாளர்களுக்குத் தீனியாக இருந்த மன்னன் யயாதியே உங்கள் கதைக்கும் கருவாக இருந்தான். மூப்பைக் கொடுத்து இளமையை வாங்கிக்கொள்ளும் பண்டமாற்றே உங்கள் கதையிலும் மிக முக்கியமாக அலசப்பட்டது. அப்பாவின் முதுமையை வாங்கிக்கொள்ள மாட்டேன் என்ற மூத்த மகனின் போக்கைக் கண்டிப்பதுதான் மூலக்கதையின் நோக்கம். கடைசி மகன் புரூ வாங்கிக் கொண்டான் என்பதுதான் இதுவரை எல்லா எழுத்தாளர்களும் பாராட்டிய விஷயம்.

ஆனால், எல்லோரும் பாராட்டிய இளவரசன் புரூவின் மீது நீங்கள் இலக்குத் தப்பாமல் ஒரு அம்பு எய்திருக்கிறீர்கள். யயாதி மன்னனின் கதையைப் புதுவிதமாய் அணுகியிருக்கிறீர்கள்.

எது சரி, எது தவறு என்பதுதான் ஆதிநாள் முதல் மனிதருடைய கேள்வியாக இருக்கிறது. அதற்கு இறுதியான விடை காண முடியாமல் ஒவ்வொரு நேரம் ஒவ்வொரு சமாதானம் வெளிப்பட்டுக் கொண்டிருக்கிறது.

ஒரு எழுத்தாளனுடைய கதைகளும் இவ்விதமே. வாழ்க்கை பற்றிய விமர்சனத்தை, நடந்தவை பற்றிய அலசலை அவன் கதைகள் உரக்கப் பேசி அலசி ஆராய்ந்து கொண்டிருக்கும். எழுதத் தூண்டுவதே இந்த ஆராய்ச்சி மனப்பான்மைதான். எல்லோரும் சொன்ன ஒரு பழங்கதையைப் புதுவிதமாகப் பார்ப்பதுதான். ஆனால் இது எளிதல்ல, வாழ்க்கை அனுபவம் அதிகமுள்ளவரும், தத்துவ தெளிவுமுள்ளவர்தான் ஆராய்ச்சியில் ஒரு நியாயமான முடிவைக் கொண்டுவர முடியும். இதை எழுத்தாக, மாற்றுகிற செய்திறனும் மிகமிக முக்கியம்.

உங்களிடம் செய்திறன் இருக்கிறது என்பது ஊரறிந்த விஷயம். நீங்கள் தொடுகிற விஷயம் எதுவும் துடித்து நிற்பதை நான்

கவனித்திருக்கிறேன். வேகமும், குழைவும் உங்களிடமிருக்கிறது. வாசகனுக்குப் புரிய வேண்டும் என்ற கவலையை அடிநாதமாகக் கொண்டவர் நீங்கள்.

எனக்கு எல்லாம் தெரியும் என்கிற பம்மாத்து உங்களிடம் இல்லை. உங்களைப் பற்றி நடுநடுவே தம்பட்டமடித்துக் கொள்வதில்லை. கதை எழுதுவதற்காக நீங்கள் வாழ்க்கையை விற்றுவிடவில்லை. இன்றைய தமிழ் வாசகனின் தளத்திலேயே வாழ்ந்து அவன் பிரச்சனையை அறிந்துகொள்ளும் அறிவு ஜீவி நீங்கள். மிக உயரமான ஸ்டூலோ, உபதேசமோ உங்களிடம் இல்லை. அதனால்தான் இதிகாசங்களோடு நெருக்கமாக உங்களால் இருக்க முடிகிறது. அந்த இதிகாசங்கள் மிக முக்கியமானவை என்று உங்களால் எண்ண முடிகிறது.

இந்தக் கதையில் மொழிநடை வசனமாக இருப்பது ஒரு சிறப்பு. வர்ணனைகளில்லாது, மனிதருடைய கேள்வி பதில்கள் மோதிக்கொண்டு நிமிர்வது ஒரு அழகு.

ஒரு நாவல் எழுத பட்டினத்தாரை நீங்கள் மனப்பாடம் செய்து கொண்டிருந்ததை நான் அறிவேன். இப்படி அறியும் ஆவலுள்ள எழுத்தாளர்கள் மிகச் சிலரே. தமிழ் நாவல் உலகில் மெல்ல மெல்ல உங்களுக்கு என்று ஒரு இடத்தைப் பிடித்துக்கொண்டு வருகிறீர்கள். உங்களை வாசகர்கள் அடையாளம் கண்டுகொண்டு பாராட்டி வருவதையும் நான் கவனித்திருக்கிறேன்.

இன்னும் மும்முரமாக எழுத்தில் நீங்கள் ஈடுபட வேண்டிய நேரம் இது.

தன் மீதும், தன் தொழில் மீதும் நம்பிக்கையுள்ளவருக்கு பொறாமை வராது. உங்களின் அமைதியான சுபாவம் இதற்கு சாட்சி. இது உங்கள் எழுத்தில் தெரிகிறது. இந்த அமைதி பலப்படவும் நான் பிரார்த்திக்கிறேன்.

என்றென்றும் அன்புடன்,

பாலகுமாரன்

——

எழுத்தெல்லாம் நின்று நிலைக்கும்!

வித்யா சுப்ரமணியத்தின் எழுத்துக்களுக்குத் தங்கமுலாம் பூசிடவும், வெள்ளிமுலாம் பூசிடவும் என் விரல்களுக்கு வீரியமில்லை; அப்படிச் செய்வதும் என் காரியமில்லை. விரிந்துகிடக்கும் வானத்தைப் பார்த்து 'மழை வருகிற மாதிரி இருக்கிறது...' என்றோ, 'வானம் வெளிச்சமாய் இருக்கிறது...' என்றோ நாம் சொல்லுகிறபோது, அது வானத்தைக் கணித்துவிடுகிற ஆற்றலைப் பெற்றோம் என்பதாகாது; ஹேஷ்யமாய் வானத்துடன் இணக்கப்பட்டு, வணக்கமிடுகிற மாதிரிதான். அஃதே என் பணியாக, இப்போது அமைந்துவிட்டது. தற்காலத்தில் மகளிரெல்லாம் உச்சிமோந்து உச்சரித்துப் பார்க்கிற ஒரு பெயரே வித்யா சுப்ரமணியம்.

ஆத்மாக்களான ஜீவாத்மா - பரமாத்மா இணைப்பினை எளிதாய்ப் புரிந்துகொள்வோரும், புரிந்து எழுதுவோரும் மிகக் குறைவு.

ஜனனத்தைப் போலவே மரணமும் நம் திட்டமிடலுக்கெல்லாம் கைவரப்பெறாத பிரம்ம ஜாலம்; இந்த ஜாலங்களைப் புரிந்துகொள்ளாத மனுஷ்ய தர்மத்திற்கு வியாக்கியானங்கள் சொல்லி என்ன பயன் கிடைக்கப்போகிறது? நெஞ்சின் நெருடல்களைக்கூட வருடல்களாக மாற்றிவிடுகிற வல்லமை, இவருடைய சிறுகதைகளுக்கு உண்டென்பேன்.

இலக்குவன் மனைவி ஊர்மிளை என்பாளின் உதடுகளை அசைய வைத்திருப்பதும், ஜனகன் மகள் சீதையின் சுடுசொல்லால் பிசைய வைத்திருப்பதும், அவனிக்கெல்லாம் இராமன் தன் அவதாரத்தை இசைய வைத்திருப்பதும், கம்பனுக்கே உதிக்காத கற்பனையும், கவிநடையும், அவன் பாத்திரங்கள் படைக்காத உணர்வுமிகும் தாக்கங்களும் என்னுள் எழ வைத்த இந்தக் கதை - வித்யா சுப்ரமணியத்தின் சிம்மாசனத்தைக் காட்டிவிடுகிற பேராற்றல் கொண்டது.

தெளிவான சிந்தனையுடன், இந்தச் சமுதாயம் இலங்குதற்கு இவர் மாதிரியான படைப்பாளர்கள் இன்னும் முன்வர வேண்டும். வித்யா சுப்ரமணியம், இந்த வகையில் முன்னணியில் நிற்கிறார் என்பதற்கு இச்சிறுகதைகளே வரலாற்றுப் பெட்டகமாய் விளங்குகின்றன.

மிக்க அன்புடன்,
கவிக்கோ. பால இரமணி
நிகழ்ச்சி நிர்வாக அதிகாரி
தொலைக்காட்சி நிலையம், சென்னை.

——

இனிய வாசகருக்கு,

வணக்கம். எந்த ஒரு எழுத்தாளருக்குமே சிறுகதை எழுதுவதென்பது பிடித்தமான விஷயம். நாவலின் வடிவம் வேறு. சிறுகதையின் வடிவம் வேறு. நாவலில் தெரிவதைவிடச் சிறுகதையில் எழுத்தாளன் அதிகம் தெரிவான் என்பது என் கருத்து. சிறுகதை எழுதுவது சுலபமல்ல. வளவளப்பு குறைத்து, சொல்ல வந்த விஷயத்தைக் கச்சிதமாகச் சொல்லி நச்சென்று ஒரு சிறுகதையை முடிப்பதென்பது எழுத்தாளருக்குச் சவாலான விஷயம்தான். அந்த வகையில் என் சிந்தனையை அலையவிட்டு நான் படைத்த சிறுகதைகள் நூற்றுக்கும் மேல் என்றாலும், பரிசும் பாராட்டுக்களும் பெற்றுத் தந்த, மற்றும் சிறந்த சில சிறுகதைகளை மட்டும் இங்கே இனம் பிரித்துத் தொகுத்துக் கொடுத்திருக்கிறேன்.

இந்தத் தொகுப்பில் இதிகாசங்களை அடிப்படையாகக் கொண்டு எழுதப்பட்ட சிறுகதைகளை முற்பாதியிலும், இன்றைய சமூகச் சூழலைக்கொண்டு எழுதப்பட்டவைகளை பிற்பாதியிலும் தொகுத்துக் கொடுத்திருக்கிறேன். திரு. பாலகுமாரனும், திரு. பால இரமணியும் தமது இடையறாத அலுவல்களுக்கிடையிலும் மிகவும் உற்சாகமாக முன்னுரை எழுதிக் கொடுத்திருப்பது அவர்களுடைய பெருந்தன்மைக்குச் சான்று. அவை வெறும் மேல்பூச்சு பாராட்டல்ல. அப்படி அவர்கள் யாரையும் போலியாகப் பாராட்டிவிடக் கூடியவர்களும் அல்ல. தன் மனதுக்குப் பட்டதை மறைக்காமல் சொல்லக்கூடியவர்கள். நல்ல சிந்தனாவாதிகள். ஆழ்ந்த இலக்கிய அனுபவமும், திறமும் கொண்டவர்கள். அத்தகையவர்களின் மனப்பூர்வமான பாராட்டுக் கிடைத்திருப்பது என் பாக்கியம். என் மீதும், என் எழுத்துக்கள் மீதும் நம்பிக்கை வைத்து இச்சிறுகதைத் தொகுப்பினை வெளியிடும் பதிப்பகத்தாருக்கு என் இதயபூர்வமான

நன்றியைத் தெரிவித்துக் கொள்கிறேன். இச்சிறுகதைகள் குறித்த வாசகர்களின் மனந்திறந்த கருத்துக்களையும் வரவேற்கிறேன்.

அன்புடன்,
வித்யா சுப்ரமணியம்

——

வனத்தில் ஒரு மான்

1

“இது அபாண்டம் சுவாமி!’ வைதேகி தன்னிரு செவிகளைக் கரங்களால் பொத்திக்கொண்டு அலறினாள். “பிரபோ! இந்த அளவுக்குக் கொடுமையாகப் பேசுவது தாங்கள்தானா? தங்களுக்கு என்ன ஆகிவிட்டது? சற்றுமுன் நகர்வலம் சென்றபோதுகூட அன்பாகத்தானே என்னிடம் பேசிச் சென்றீர்கள்! திரும்பி வருவதற்குள் என்ன ஆயிற்று சுவாமி?” கண்ணீர் அருவியாய்க் கொட்ட, சரிந்து அவன் பாதங்களில் வீழ்ந்தாள் ஜனகன் மகள்.

கல்லான அகலிகைக்குச் சாப விமோசனம் அளித்த ஸ்ரீராமன், தானே இப்போது கற்சிலையாய் மாறி நின்றான்.

“ப்ரிய மைதிலி! என்னை எதுவும் கேளாதே! ராஜ்ய பரிபாலனம் என்ற மிகப்பெரிய பொறுப்பைச் சுமந்து கொண்டிருக்கும் நான், சாதாரண குடிமகனின் வார்த்தைக்கும் மதிப்பளிக்க வேண்டிய கட்டாயத்தில் இருக்கிறேன். அதுவே தர்மமும் கூட. ‘ஸ்ரீராமன் தர்மம் தவறிவிட்டான்’ என்ற இழிசொல்லைவிட என் உயிரான உன்னைப் பிரிவது மேல் என்ற முடிவுக்குத் தள்ளப்பட்டிருக்கிறேன். என் வார்த்தைகளை நீ தட்டமாட்டாய் என்ற நம்பிக்கையில் உனக்கு ஆணையிடுகிறேன். உடனே தயாராகி வா தேவி! மீண்டும் நீ கானகம் செல்லவேண்டிய கட்டாயம் ஏற்பட்டுவிட்டது. நீ இங்கே இருப்பதை மக்கள் விரும்பவில்லை. மக்களின் விருப்பத்தை நிறைவேற்ற வேண்டியது என் கடமை. புறப்பட்டு வருவாய் தேவி!”

“மக்களை மதிக்க வேண்டியது தர்மம்தான். மறுக்கவில்லை பிரபோ! அதே நேரம் ஒரு பாவமும் அறியாத என்னை

வனத்திற்கு விரட்டியடிப்பது அதர்மம் அல்லவா? இலங்கையில் நான் சிறைப்பட்ட க்ஷணம் முதல் தாங்கள் சிறைமீட்ட காலம்வரை இராவணனின் நிழல்கூட என்மீது பட்டதில்லை என்பது தங்களுக்குத் தெரியாததா? இருப்பினும் அக்னிப்பிரவேசம் செய்ய வைத்து நான் புனிதமானவள்தான் என்பதை உலகறியச் செய்தீர்கள். அதன் பின்னரும் ஏன் இந்தக் குழப்பம்? வேண்டாம் சுவாமி! தங்களைப் பிரிந்து எங்ஙனம் நான் இருப்பேன்?"

ஸ்ரீராமன் பதில் சொல்லாமல் அங்கிருந்து மெல்ல அகல, சீதை மூர்ச்சித்து விழுந்தாள்.

"அண்ணா! இதென்ன கொடுமை? நான் கேள்விப்பட்டதெல்லாம் நிஜம்தானா? கேவலம் ஒரு சலவைக்காரனின் வார்த்தைகளுக்குச் செவிமடுத்து கற்புக்கனலைக் கானகத்திற்கு அனுப்பியது நியாயம்தானா? தீராத பழியல்லவா நம் குலத்திற்கு ஏற்பட்டுவிடும்! உத்தரவிடுங்களண்ணா! இப்போதே சென்று அன்னையாரை அழைத்து வந்துவிடுகிறேன்."

ரகுராமன் தம்பியைப் பார்த்து நிதானமாகச் சொன்னான். "ஆத்திரம் வேண்டாம் லக்ஷ்மணா! விதிக்கப்பட்டபடி அனைத்தும் நடக்கிறது. அவரவர் ஊழ்வினையை அவரவர்தானே அனுபவிக்க வேண்டும்? தற்சமயம் எனக்குத் தனிமை தேவைப்படுகிறது. நீ செல்வாயாக."

லக்ஷ்மணன் மனம் சோர்ந்து வெளியேறினான். சீதையில்லாத அயோத்தி இருண்டு கிடந்தது. கணவனின் சோர்ந்த முகம் கண்டு பதறிப்போனாள் ஊர்மிளை. மனைவியைக் கண்டதும் லக்ஷ்மணனின் விழிகளில் இருந்து கண்ணீர் வழிந்தது.

"அண்ணன் உத்தரவு தர மறுத்துவிட்டார் ஊர்மிளா. அங்கே என் அன்னை எத்துணை துன்பங்களை அனுபவித்துக் கொண்டிருக்கிறார்களோ? என் அன்னை கல்லிலும், முள்ளிலும் துயர்ப்படும்போது எனக்கு மட்டும் எதற்குப் பட்டுமஞ்சமும் மற்ற சுகங்களும், சொல்! புருஷன் உடன் வந்ததால் கடுங்கானகத்தைக்கூட சொர்க்கமாக நினைத்து அன்று எங்களோடு வந்தாள். பல

துயரங்களையும் மகிழ்வோடு ஏற்றாள். அந்தப் புருஷனே இன்று அவளைத் தனிமையில் அதே கானகத்திற்கு விரட்டியுள்ளான் எனில், என் செய்வாள் என் அன்னை? கர்ப்பிணி என்றும் பாராமல் அந்தக் கற்புக்கரசியை விரட்டிவிட்டனரே இந்நாட்டு மக்கள். நன்றிகெட்ட இந்த மக்களுக்காக தர்மம் காத்து அரசாள்வதைவிட அண்ணன் மீண்டும் முடிதுறந்து, மரவுரி தரித்து கானகமே சென்றிருக்கலாம். அன்னையாரோடு பதினான்கு ஆண்டுகள் வனத்தில் வாழ்ந்தோம். அங்கே கொடிய மிருகங்கள் இருந்தன. அவை எங்களைத் துன்புறுத்தவில்லை. மாறாக எங்களோடு சிநேகமாயிருந்தன. ஆனால் நாடு திரும்பிய சிறிது காலத்திலேயே இந்த மனித மிருகங்கள் தன் கொடிய நாவினால் எத்தனை குரூரமாக நம் குடும்பத்தை நாசம் செய்துவிட்டன...” லக்ஷ்மணன் கண்ணீர்விட்டுப் புலம்ப, அவனைத் தேற்ற இயலாமல் அவனோடு சேர்ந்து தானும் கண்ணீர் விட்டாள் ஊர்மிளை.

கோசலையின் அந்தப்புரம், “அழைத்தீர்களாமே தாயே” என்றபடி உள்ளே வந்த மகனை உற்றுப் பார்த்தாள் கோசலை. ராகவன் முகம் சலனமற்றிருந்தது.

“உன்னிடம் கொஞ்சம் பேச வேண்டும் மகனே, உட்கார்.”

“சொல்லுங்களம்மா.”

“ஏன் இப்படிச் செய்தாய் ராமா? மீண்டும் அவளைக் கானகம் அனுப்புவதுதான் உன் தர்மம் என்றால், எதற்காக மகனே அக்னிப் பிரவேசம்? குற்றமற்றவள் என்று அக்னிதேவனே கூறியபிறகு தண்டனையளிப்பதுதான் அரச தர்மமா? மதிகெட்ட ஒரு குடிமகனின் பேச்சுக்களை எல்லாம் கேட்டுக் குழம்புகிறவன் எப்படியப்பா ராஜ்ய பரிபாலனம் செய்ய இயலும்? நீ பிறந்ததும் உன்னை மகாவிஷ்ணுவின் அம்சம் என்றார்கள் பெரியோர்கள். அன்று என் உள்ளத்தில் பொங்கிய பெருமையும், உவகையும் இன்று வடிந்துவிட்டது மகனே! மகாவிஷ்ணுவின் அம்சம் மானிடனாய் பிறப்பெடுத்ததால்தான் இப்படி மதிமயங்கி விட்டதோ? உன் தந்தை

தவறு செய்யலாம். உன் தம்பிகள் தவறு செய்யலாம், உன் தாய் நானும்கூடத் தவறு செய்யலாம். ஆனால் நீ செய்யலாமா ராமா? ஸ்ரீராமனே தவறு செய்துவிட்டான் என்றல்லவா இனி வரும் யுகங்கள் பேசும்...? தீராத பழியாகிவிட்டதே ரகுராமா! என்னால் தாளமுடியவில்லை. கண்மணி! இருப்பினும் எனக்குள் ஒரு நம்பிக்கை. என் ராமனின் இந்தச் செய்கைக்குப் பின்னால் ஏதோ ஒரு காரணம் இருக்குமோ என்று எண்ணுகிறேன். அதைப்பற்றிக் கேட்கத்தான் உன்னை அழைத்தேன். சொல் கண்ணே, உன் அன்னையிடமாவது உண்மையை ஒளிக்காமல் சொல்!"

பெற்றெடுத்தவள் இப்படிக் கேட்டதும், ராமன் வேதனை கலந்த புன்னகை ஒன்றை உதிர்த்தபடி அவளை ஏறிட்டு நோக்கினான்.

"உன் நம்பிக்கை வீண் போகாதம்மா. உன் மகன் தர்மம் தவறி நடக்கவில்லை. நடக்கவும் மாட்டான். சலவைக்காரன் அவதூறு கூறிவிட்டான் என்பதற்காக மட்டும் வைதேகியை நான் கானகம் அனுப்பவில்லை. அதற்கு வேறொரு காரணமும் இருந்தது தாயே!"

"சொல் மகனே! நீ சொல்லும் காரணம் ஏற்றுக்கொள்ளக் கூடியதாக இருப்பின் நான் வாய் மூடிக்கொள்கிறேன். இல்லையேல் கட்டளையிடுவேன் உடன் ஜானகியை அழைத்து வந்துவிடு என்று. இக்ஷ்வாகு குலப்பூக்களைக் கானகத்தில் உதிக்க விடமாட்டேன். என் வயிறு கலங்குகிறது குமாரா! தன் மகனினும் ஒரு தாய்க்கு ஆனந்தமளிக்கக் கூடியது அந்த மகனின் மகனல்லவா? அந்தப் பரமானந்தம் எனக்கும் வேண்டும் மகனே. உன்னிடம் மடிப்பிச்சை கேட்கிறேன் மைந்தா!"

"அவசரப்படாதீர்கள் அன்னையே. நான் இன்னும் முழுவதும் கூறி முடிக்கவில்லை. தங்களிடம் உள்ள அதே ஆதங்கம் என் நெஞ்சிலும் ஏராளமாய் உள்ளது. இருப்பினும் அவற்றை அடக்கிக் கொண்டுள்ளேன். என் மைதிலி கற்புக்கனல் என்பது எனக்குத் தெரியாதா? அக்னி தேவனும் அவளைத் தீண்ட மறுத்ததை

உணர்ந்தவன் நான். ஆயினும் அவள் செய்த ஒரு குற்றத்திற்கு அவள் தண்டனை அனுபவித்துத்தானே தீர வேண்டும்?”

“குற்றமா? பூமாதேவியின் புத்ரியா? என்ன சொல்கிறாய் மகனே? வைதேகி தவறு செய்துவிட்டாளா? என்ன தவறப்பா? விளங்கும்படியாகச் சொல்.” கோசலை பதறிப்போனாள். அவள் விழிகளில் திகைப்பும், குழப்பமும் நிறைந்திருந்தன.

“ஆம் தாயே! கடந்த காலத்திற்கு உங்களைச் சற்று அழைத்துச் செல்கிறேன். அனைத்தும் உங்களுக்கு விளங்கும். உங்கள் மகன் குற்றவாளியா, தர்மம் தவறியவனா என்று ஒரு முடிவுக்கு வாருங்கள்.”

◈◈◈

கானகத்தில் ஒருநாள் இயற்கையை ரசித்துக் கொண்டிருக்கும் ராமனிடம் வேகமாக வருகிறாள் சீதை.

“சுவாமி! அதோ அந்த மானைப் பாருங்கள்! பொன்போல் தகதகவென்று எத்தனை அழகு? எனக்கு அந்த மான் வேண்டும். பிடித்துத் தருவீர்களா?”

“பெண்மான், பொன்மான் மீது ஆசைப்படுகிறதோ? இதோ பிடித்துத் தருகிறேன் என் அன்பே” ராமன் சிரித்தபடி தன் வில்லோடு எழுந்து கொண்டான். அப்போது அங்கே இலக்குவன் வேகமாக வந்து அண்ணனைத் தடுத்தான்.

“வேண்டாம் அண்ணா. அது அதிசய மான்தான். சந்தேகமில்லை. ஆனால் அந்த அழகுக்குப் பின்னால் ஆபத்தும் இருக்கக்கூடும் என்று என் உள்ளுணர்வு கூறுகிறது. தயவுசெய்து அதனைப் பிடிக்க முயலவேண்டாம்.”

அதைக் கேட்டு சீதையின் முகம் வாடுவதைக் கண்ட ராமன் தம்பியை நோக்கி, “பயம் வேண்டாம் லக்ஷ்மணா! ஆபத்துகளை முறியடித்து விரைவில் மானோடு திரும்புகிறேன். உன் அண்ணியை

பத்திரமாகப் பார்த்துக்கொள்" என்று கூறிவிட்டு மானின் பின்னே சென்றான்.

சற்றுநேரம் கழித்து, "லக்ஷ்மணா… சீதா…" என்ற அபயக்குரல் கேட்க, துடிதுடித்துப் போகிறாள் சீதை.

"லக்ஷ்மணா, உன் தமையனுக்கு ஏதோ ஆபத்தென்று தோன்றுகிறது. உடன் சென்று அவரைக் காப்பாற்று."

"பயப்பட வேண்டாம் தாயே. ஸ்ரீராமனுக்குத் தீங்கு செய்ய எவராலும் முடியாது. இது ஏதோ கபட நாடகம், அபயக்குரல் எழுப்பியது அண்ணனாக இருக்க முடியாது. அவர் விரைவில் திரும்பி விடுவார் பொறுத்திருங்கள்."

"இல்லை லக்ஷ்மணா, எனக்கு பயமாக உள்ளது. நீ உடனே புறப்பட்டால்தான் எனக்கு ஆறுதலாக இருக்கும்."

"அமைதியாக இருங்கள் தாயே. கடும் கானகத்தில் நான் எப்படி உங்களைத் தனியே விட்டுச் செல்வது? உங்களைக் காக்கும் பொறுப்பை அண்ணன் என்னிடம் விட்டிருப்பதை எப்படி மீறமுடியும்? நான் முன்பே கூறியதுபோல் அது அதிசய மானல்ல. அபாய மான்தான்! ஏதோ சூது செய்கிறது. அதை முறியடித்து வெற்றியோடு திரும்பி வருவார் அண்ணன்."

"லக்ஷ்மணா!"

இத்தனை பெருங்குரலெடுத்து சீதை கோபத்தோடு அழைத்ததும், ஒரு கணம் நடுங்கினான் இலக்குவன்.

"புரிகிறது லக்ஷ்மணா! புரிகிறது! சூழ்ச்சி செய்வது அந்த மானல்ல! என் மைத்துனன் நீதான் என்பது புரிகிறது. எப்போது உன் அண்ணா ஒழிவான் என்று காத்திருந்தாயா? உன் நோக்கம் என்ன என்று புரிந்துவிட்டது. நான்தானே உன் இலக்கு? சொல்! உன் மீது எத்தனை அன்பு கொண்டிருந்தோம். மனைவியைப் பிரிந்து கானகம் வந்துவிட்ட உன் விரகதாபத்திற்கு என்னைப் பலியாக்கிக்கொள்ள நீ செய்த சூழ்ச்சிதான் அந்த மாய மானா? சொல் லக்ஷ்மணா!"

“அம்மா ஆ...” பெரிதாக அலறினான் இலக்குவன். அவன் கண்கள் பிரளயமாய்ப் பொங்கி வழிந்தது. அப்படியே சரிந்து நிலத்தில் விழுந்து துடித்தான். ‘என்ன வார்த்தை சொல்லிவிட்டாள்! வார்த்தைகளா அவை! ஸ்ரீராமா! இதைக் கேட்டும் இன்னும் என் உயிர் பிரியவில்லையே ஏன்? எனக்கு விரகதாபமா? அதுவும் என் அன்னைக்கும் மேலாக பாவித்து வணங்கும் இவளிடமா? எப்போது ராமனுக்குத் தொண்டு செய்யவேண்டும் என்று முடிவெடுத்து மரவுரி தரித்தேனோ, அந்த க்ஷணமே பட்டாடைகளோடு என் அனைத்து ஆசைகளையும் அயோத்தியிலேயே களைந்து விட்டுத்தானே புறப்பட்டேன்! பாவம் ஊர்மிளை, இந்த விஷயத்தில் என்னைவிட அவளல்லவா உயர்ந்தவள்? நான் கானகம் செல்வதில் உனக்கு வருத்தமா என்று கேட்டபோது எத்தனை அழகாக பதிலுரைத்தாள்.’

‘எனக்கு வருத்தமா? யார் சொன்னது! பெருமைப்படுகிறேன் சுவாமி! இப்படி ஒருவரை மணாளனாக அடைந்தது என் பாக்கியம் பிரபோ! ஸ்ரீராம சேவைக்காகத்தான் தங்கள் பிறவியே என்பது எனக்குத் தெரியும் சுவாமி. இந்த அயோத்தி நகருக்கும், கானகத்திற்கும் இடையில் உள்ள தூரம் வேண்டுமானால் அதிகமிருக்கலாம். ஆனால் மனங்களின் நெருக்கத்தை இந்த தூரம் ஒன்றும் செய்துவிட முடியாது. உங்களை மனதால் நினைத்தபடியே குறையின்றி வாழ்வேன். அதேநேரம் மரவுரி தரித்து ராம சேவைக்காகச் செல்லும் தங்கள் கடமைக்கு இடையூறாக இருக்க மாட்டேன். உங்கள் சிந்தையில் வந்து உங்கள் கவனத்தைச் சிதறவிட மாட்டேன் பிரபோ! பதினான்கு ஆண்டுகள் என் நினைவின்றி நீங்கள் தூய்மையான சிந்தையோடு ஸ்ரீராம சேவையில் ஈடுபட இறைவனிடம் வேண்டுவேன். என்னைப் பற்றிக் கவலைகொள்ளாமல் புறப்படுங்கள் பிரபோ’

“எத்தனை தெளிவாக எனக்கு தைரியமளித்தாள் என் ஊர்மிளை! இதோ இந்த க்ஷணம்வரை நான் அவளையே சிந்தையாலும்கூடத் தீண்டவில்லையே! என்னைப் பார்த்தா மனைவியைப் பிரிந்த விரகதாபமா என்று கேட்டு விட்டாள்

ஜனகன் மகள்! நான் துடிப்பது விரகதாபத்தினால் அல்ல தாயே! சற்றுமுன் தாங்கள் கொட்டிவிட்ட வார்த்தையம்புகள் ஏற்படுத்திவிட்ட காயங்களாலதான் துடிக்கிறேன். இதோ புறப்பட்டுவிட்டேன். அண்ணனின் ஆணையையும் மீறிப் புறப்படுகிறேன்."

மனதுக்குள்ளேயே குமுறிய லக்ஷ்மணன் மெல்ல எழுந்தான். தன் அம்பறாத் தூணியிலிருந்து அம்பொன்றை உருவி நிலத்தில் ஒரு கோடு கிழித்தான். "நாங்கள் திரும்பி வரும்வரை எக்காரணம் கொண்டும் இக்கோட்டைத் தாண்ட வேண்டாம் தாயே" என்று அவள் முகத்தைக்கூட ஏறிட்டுப் பார்க்காமல் கூறிவிட்டுப் புறப்பட்டான்.

"இப்போது புரிகிறதா அம்மா, ஜானகியை மீண்டும் ஏன் வனம் அனுப்பினேன் என்று?"

"இப்போதும் புரியவில்லை குமாரா! உன் மீதுள்ள அளவு கடந்த காதலினால் சற்றே உன் தம்பியைக் கடிந்துகொண்டதற்கா அவளுக்கு இந்த தண்டனை?"

"சற்றேவா?" ஸ்ரீராமன் திடுக்கிட்டுத் தாயைப் பார்த்தான். "நீ அறிய மாட்டாய் அம்மா. லக்ஷ்மணனின் வேதனை எத்தகையதென்று நானறிவேன். என்னோடு கானகம் வருவேன் என்று அவன் சொன்னபோது நான் அவனைக் கேட்டேன்."

"தம்பி லக்ஷ்மணா, நீ கானகம் வருவதில் எனக்கு உடன்பாடில்லை. ஆனாலும், நீ பிடிவாதமாய் இருந்ததால் அரைமனதோடு சம்மதிக்கிறேன். இருந்தாலும் நானும், சீதையும் தம்பதியாக வரும்போது நீ மட்டும் தனித்து வருகிறேன் என்கிறாயே, இது நியாயமா? ஊர்மிளையும் சிறு பெண்தானே! தனிமையில் வாடிவிட மாட்டாளா? அவள் மனதிலும் ஏக்கங்கள் இருக்காதா? மணந்தவனோடு மகிழ்ச்சியாய் இல்லறம் நடத்த முடியவில்லையே என்று வேதனைப்படமாட்டாளா? ஒன்று இரண்டல்ல, பதினான்கு வருடங்கள் தம்பி! இத்தனைக் காலம் உன்னைப் பிரிந்திருக்கும் கொடுமை அவளுக்கு வேண்டாம்!

எனக்காகவேனும் நீ இங்கு அவளோடு மகிழ்ச்சியாக இருக்க வேண்டும். அல்லது உன்னோடு ஊர்மிளையையும் அழைத்து வந்துவிடு."

"இல்லையண்ணா! தங்களுக்குச் சேவை செய்யத்தான் நான் கானகம் வருகிறேனேயன்றி இல்லறம் நடத்த அல்ல. இல்லற வாழ்க்கை என் கடமைக்கு இடையூறாக இருந்து விடக்கூடாது என்பதில் என்னைவிட ஊர்மிளைக்குத்தான் கவலை அதிகம். அவள் எனக்குக் கிடைத்த பொக்கிஷம் அண்ணா. பதினான்கு வருடங்கள் என் சிந்தையில் அவள் நினைவு ஏற்படாமலிருக்க வேண்டுமே என்று அவள் இறைவனிடம் வேண்டி விரதமிருக்கப் போகிறாளாம். ராமசேவைதான் என் லட்சியமாக இருக்க வேண்டும் என்று எனக்கு அறிவுறுத்தி வாழ்த்தி வழியனுப்பி வைத்தாள் ஊர்மிளை. இந்த இளம் வயதில் அவளுக்கு இருக்கும் அறிவும், விவேகமும், பண்பும் எனக்கே வியப்பாயிருக்கிறது. எனவே இவ்விஷயமாய் தாங்கள் எந்த கவலையும் படவேண்டாம்."

"இப்போது சொல்லம்மா, இப்படிப்பட்ட ஒரு தியாக புருஷனை ஒரு வினாடியில் காமுகன் என்று கூறிவிட்டாளே பூமாதேவியின் புத்ரி! ஊர்மிளைக்கு மட்டும் இவ்விஷயம் தெரிந்தால் துடித்துவிட மாட்டாளா? நான்குபேரைப் பெற்றார் தசரத மகாராஜா. நால்வரில் நான் வனத்திற்கும் மனைவியை அழைத்துச் சென்றேன். பரதனும் சத்ருக்கனனும் கூட மனைவியைப் பிரியவில்லை. ஆனால் ஊர்மிளை...? பதினான்கு ஆண்டுகள் கணவனின் நினைவிலேயே தவவாழ்வு வாழ்ந்தவள்! அவளல்லவா உயர்ந்தவள்! ஜானகி ராவணனால் சிறையெடுக்கப்பட்டு அவளைப் பிரிந்த பின்னர்தான் பிரிவின் கொடுமை எத்தகையதென்று நான் உணர்ந்தேன். ஊர்மிளை எத்துணை உயர்ந்தவள் என்று அப்போதுதான் புரிந்தது. அத்தகைய பிரிவுத்துயரை விரும்பி ஏற்று எனக்கு சேவை செய்வதையே லட்சியமாகக் கொண்டு என் பின்னால் வந்த உத்தமமான என் தம்பியைப் பார்த்து ஒரு க்ஷணத்தில் காமுகா என்று ஜானகி கூறியது மன்னிக்கமுடியாத குற்றம்தான் தாயே.

சீதைக்கு நிகரான அழகிய தோற்றத்தோடுதான் என் முன் வந்தாள் சூர்ப்பனகை. எப்பேர்ப்பட்டவனையும் வசப்படுத்திவிடும் அழகோடு வந்தவளிடம் நான் விளையாட்டாகக் கூறினேன். 'நான் பிரம்மச்சாரியில்லை பெண்ணே. எனக்கு மணமாகிவிட்டது, என் மனைவி உள்ளேதான் இருக்கிறாள். வேண்டுமானால் மனைவியைப் பிரிந்து வந்திருக்கும் என் தம்பி லக்ஷ்மணனிடம் சென்று உன் காதல் பார்வையை வீசு' என்று கூற அவளும் லக்ஷ்மணனை நோக்கினாள். மறுகணம் லக்ஷ்மணன் வெகுண்டெழுந்து அவளை அங்கபங்கம் செய்தனுப்பினான். விரகத்தீ அவனை ஆட்டி வைத்திருக்குமாயின் அவளுக்கு இணங்கியிருப்பானே இளவல்! ஒன்றுக்கு மேற்பட்ட பெண்களை அடைவது ஒன்றும் அரசகுலத்தில் நடக்காத விஷயமில்லையே. ஆயினும் ராம சேவை என்ற தன் கடமைக்கு எந்த விதமான இடையூறும் ஏற்பட்டுவிடாமல், கடுமையான பிரம்மச்சரியம் காத்தவனைப் பார்த்துக் கண்சிமிட்டும் நேரத்தில் காமுகா என்று கடிந்து கொண்டது நியாயமா சொல்லுங்கள். தவறு செய்தவர் எவராக இருப்பினும், பாரபட்சமின்றி நீதி வழங்க வேண்டியது அரசனின் கடமையல்லவா? அதுதானே தர்மமும்? அதைத்தான் நான் செய்தேன். கொட்டிய வார்த்தைகளை தெய்வத்தாலும் அள்ள முடியாது என்பது தாங்கள் அறியாததா? அந்தக் குற்றத்திற்காகத்தான் கர்ப்பிணி என்றும் பாராமல் என் ஜானகியை மீண்டும் கானகம் அனுப்பினேன்."

கோசலையின் வாய் மூடிக்கிடந்து மௌனம் சாதிக்க, கண்கள் மட்டும் பெருமையோடு மகனைப் பார்த்துக் கண்ணீர் சொரிந்தது.

——

2 வாலிபம் என்பது

நிலைக்கண்ணாடியின் முன்பு நின்றிருந்தான் யயாதி மன்னன். கண்களை சுருக்கி அதில் தெரிந்த தன் பிம்பத்தைப் பார்த்தவன் பதறிப்போனான். நானா... நான்தானா இது! ஒரே நாளில் எத்தகைய மாற்றம்! சுவரில் தொங்கிய தன் ஓவியத்தையும் பார்த்தான். இளமையின் மிடுக்கோடு எத்தனை கம்பீரமாக அழகாக இருந்தேன். எங்கே போயிற்று எல்லாம்! தலைமுடி நரைத்து, முகம் பொலிவிழந்து, கன்னம் ஒட்டி, பற்கள் உதிர்ந்து, தொண்டைப்பகுதி சுருங்கி, முதுகு கூன் விழுந்து, நீண்ட வலுவான கரங்கள் வலுவிழந்து, தோல் சுருங்கி, எலும்பும், நரம்பும் புடைத்துக்கொண்டு... என் கைதானா இது...? வில்லேந்தும் வலிமை இருக்குமா இந்தக் கரங்களுக்கு?

யயாதி தனது வில்லை எடுத்து அம்பு பொருத்தி நாணேற்றியபோது கைகள் நடுங்கியது. துவண்டது. புஜம் வலித்தது. வைத்த குறி தப்பியது. அம்பு சுவரில் பட்டுக் கீழே விழுந்தது.

வில்லைத் தூக்கியெறிந்துவிட்டு கட்டிலில் தடுமாறி விழுந்தவனின் கண்களில் தாரை தாரையாகக் கண்ணீர். ஒரேநாளில் இளமை போய் மூப்பு வந்துவிட்டது. நேற்றுவரை திமிரோடு ஆட்டம் போட்ட உடம்பு இன்று எதற்கும் திராணியின்றி கிடக்கிறது. மூப்பு இத்தனை கொடுமையானதா? இளமையின் இனிமை மூப்பில்தான் அதிகம் தெரியும் போலும். ஏக்கப் பெருமூச்சு ஒன்று அவன் அடிவயிற்றிலிருந்து கிளம்பியது.

இந்த முதுமையை வைத்துக்கொண்டு இனி என்ன சுகம் காணப்போகிறேன்? பறித்த மலர்கள் போல மனைவியர் இருக்க,

பார்த்துக்கொண்டே இனி காலம் கழிக்க வேண்டியதுதான் என் விதியா? நேற்றுவரை அனுபவித்த இல்லற சுகம் இப்படி ஒரே நாளில் சாபத்திற்குப் பலியாகும் என்று அவன் கனவிலும் நினைக்கவில்லை. சுகம் தர இயலாத கணவனை மனைவி மதிப்பாளா? மூப்பு அவர்களுக்கும் ஏற்பட்டிருந்தால் பிரச்சனையில்லை? ஆனால், சுக்ராச்சாரியார் அவனை மட்டும்தானே சபித்துள்ளார்.

அவர் மகள் தேவயானிக்கு அவன் துரோகம் செய்துவிட்ட ஆத்திரம்தான் அவன்மீது சாபமாய்ப் பாய்ந்தது. தேவயானியின் தாதிப்பெண் சர்மிஷ்டையோடு அவனுக்கு இருந்து வந்த கள்ள உறவும், அந்த உறவில் பிறந்த மூன்று மகன்களும்தான் இந்தச் சாபத்திற்குக் காரணம். அவர்களுக்கென்ன தெரியும்? ஆயிரம் மனைவிகள் ஊரறிய இருந்தாலும், ஒரே ஒரு பெண்ணை திருட்டுத்தனமாய்க் காதலிப்பதும், அவளோடு இன்பமாயிருப்பதும் எத்தனை சுகமான விஷயமென்று அனுபவித்துப் பார்த்தால் அல்லவா புரியும்!

மற்ற விஷயங்களைவிட, இந்தக் காதல் விஷயத்தில் மட்டும் கள்ளத்தனம் என்றுமே இனிமையானதுதான். ஆனால், தேவயானி அவனை மன்னிக்கத் தயாராக இல்லை. அவள் தன் தந்தை சுக்கராச்சாரியாரிடம் போய் முறையிட, சுக்ராச்சாரியார் விழி சிவந்து சபித்துவிட்டார். "எந்த இளமைத் திமிரில் என் பெண்ணுக்கு துரோகம் செய்தாயோ, அந்தத் திமிர் அடங்கட்டும் யயாதி! உன் இளமை இப்போதே மறைந்து, உன்னை மூப்பு பீடிக்கட்டும். உன் கொட்டம் அடங்கட்டும். இனி எந்தப் பெண்ணைத் தொடுகிறாய் என்று பார்க்கிறேன்!"

சாபம் பலித்தது. இளமை மெல்ல மெல்ல மறைய, மூப்பு குடிபுகுந்தது. ஒவ்வொரு அங்கமாக மூப்படைந்தபோது, வாய்விட்டு அழுதான் யயாதி. வாலிபம் என்பது கலைகின்ற வேடம்தான். ஆனால், அவன் விஷயத்தில் வேடம் க்ஷணத்தில் கலைந்துவிட்டது. மனித வாழ்க்கையின் முக்கியப் பருவமே

இளமைப் பருவம்தான். அது அவனிடமிருந்து வெகு சீக்கிரம் பறிக்கப்பட்டு விட்டது. இதே மூப்பு படிப்படியாக உடலில் ஏற்பட்டிருந்தால் இப்படித் துடித்திருக்க மாட்டான். இயற்கையின் மாற்றம் அது என்று ஏற்றுக் கொண்டிருப்பான். ஆனால், இத்தனை கஷ்டத்திலும், சுக்ராச்சாரியார் ஒரு சின்ன நம்பிக்கை அளித்திருக்கிறார்.

பெற்ற பிள்ளைகளில் எவரேனும் இந்த மூப்பை, தான் பெற்றுக்கொண்டு தனது இளமையைத் தருவதற்கு முன்வந்தால் அவனுக்கு மீண்டும் இளமை கிடைக்கும். இழந்த இன்பங்கள் கிடைக்கும். இன்னும் சிலகாலம் சர்மிஷ்டையின் அழகிய உடலைத் தீண்டி சுகமடையலாம். அடியே தேவயானி உன்னால் அல்லவா எனக்கு இந்தச் சாபம். இப்போதும் சொல்கிறேன் கேள் உன்னைவிட சர்மிஷ்டைதான் என் மனம் கவர்ந்தவள். அவளே இன்பத்தின் உறைவிடம். சுகங்கள் கொட்டிக்கிடக்கும் சுரங்கம்.

“மன்னா...”

யயாதி திரும்பினான். “யார்?”

“நான் சர்மிஷ்டை...”

“சர்மிஷ்டையா? பார்வை மங்கிவிட்டது சர்மிஷ்டை உன் பேரழகு மிகவும் மங்கலாகத் தெரிகிறது. உன்னைக் கட்டியணைத்து காமசுகம் பெற மனம் தவிக்கிறது சர்மிஷ்டை. ஆனால், என் உடலில் வலுவில்லையே...”

“அதைப் பற்றிப் பேசத்தான் வந்தேன் இப்போது.”

“சொல்...”

“சுக்ராச்சாரியார் சொன்னபடி நம் பிள்ளைகளிடம் கேட்டுப் பார்த்தீர்களா?”

“கேட்க வேண்டும். நால்வரும் வேட்டைக்குப் போயிருப்பதாக அறிந்தேன்.”

“வந்துவிட்டார்கள் மன்னா...”

“அப்படியா. வரச்சொல்! வரச்சொல் அவர்களை.”

“வேண்டாம் மன்னா. நீங்களே செல்லுங்கள். இது யாசகம்! வரவழைத்து கேட்டால் அது யாசகமல்ல. இருப்பிடம் தேடிச்சென்று கேட்பதுதான் முறை. வாருங்கள் நானே அழைத்துச் செல்கிறேன்...”

“உன் தோள் கொடு தேவி. பற்றிக்கொண்டு நடக்கிறேன்.”

சர்மிஷ்டை அவன் கரத்தை எடுத்து தன் தோளில் வைத்துக்கொண்டாள்.

“என்னைப் பற்றி தேவயானி சிறிதும் கவலைப்படவில்லை பார்த்தாயா? இதோ உனக்கிருக்கும் அன்பு அவளுக்கு ஏன் இல்லை?”

சர்மிஷ்டை பதில் சொல்லவில்லை. “யதுவின் மாளிகை வந்து விட்டது மன்னா...”

“யது என் மூத்த மகன் தலைப்பிள்ளை. தந்தைக்கு எதுவும் செய்யக் கடமைப்பட்டவன். என் மூப்பை ஏற்றுக்கொண்டு தன் இளமையைத் தருவதற்குச் சற்றும் தயங்க மாட்டான் என நம்புகிறேன்.”

“வாருங்களப்பா. எல்லாம் அறிந்தேன். உங்களைப் பார்த்து மனம் கலங்குகிறது. யது வேகமாய் வந்து அவர்களை வரவேற்றான்.”

“உண்மைதானா யது? என் மீது உனக்கு இரக்கம் இருக்கிறதா?”

“என்ன சந்தேகம் அதில்?”

“அப்படியானால், எனது இந்த மூப்பைப் பெற்றுக்கொண்டு உன் இளமையை எனக்குத் தருவாயா மகனே?”

யது, ஒரு கணம் அதிர்ந்தான். தந்தையை உற்றுப்பார்த்தான். முகம் திருப்பி யோசித்தான். அவன் யோசனை நீண்டது.

“அன்பிருக்கிறது என்றாயே மகனே. பின் ஏன் இந்த நீண்ட மௌனம்?”

"மன்னித்து விடுங்கள் தந்தையே... தங்கள் கோரிக்கையை ஏற்று தங்களுக்கு உதவ இயலாத நிலையில் இருக்கிறேன்."

"யது. இதுதான் உன் பதிலா...? இதனால் நீ இழக்கப்போவது என்ன என்று தெரியுமா உனக்கு?"

"தெரியும் தந்தையே... ராஜ்யமாளும் பாக்கியம் எனக்குத் தேவையில்லை."

"துரோகி! என் மகனா நீ? அல்லவே அல்ல... சத்ரு! என் வயிற்றில் பிறந்த விஷப்பாம்பு. நான் இறந்தாலும் நீ கர்மா செய்யக்கூடாது. நீ வா போவோம் சர்மிஷ்டா. இவனில்லா விட்டால் என்ன...? இன்னும் மூன்றுபேர் இருக்கிறார்கள்..."

யயாதி சர்மிஷ்டையின் தோள் பற்றித் தடுமாறியபடி நடந்து வெளியேற, யது, மரம் மாதிரி நின்றிருந்தான். அவன் கண்களில் மெல்ல கண்ணீர் உருண்டு வழிந்தது.

"நான் தருகிறேன் அப்பா...! கவலையை விடுங்கள்" கடைசி புத்திரன் புரூ சொன்னதும், யயாதி அகமகிழ்ந்தான்.

"நீதான் உத்தமபுத்திரன் மகனே. மற்ற நால்வரும் என் பிள்ளைகளே அல்ல. மனம் மாறிவிட மாட்டாயே மைந்தா?"

"இல்லையப்பா. இதோ இப்போதே தர சித்தமாயிருக்கிறேன்."

புரூ கண்மூடி நின்றான் ஒரு கணம். பிறகு தன் இளமையை தந்தைக்குத் தானம் செய்தான். யயாதியின் ஒவ்வொரு அங்கத்திலும் இளமை திரும்பியது... தடுமாறிய கால்கள் உறுதியாயின. தோலின் சுருக்கங்கள் மறைந்தன. கண் பார்வை கூர்மையாயிற்று. புஜங்கள் வலிமையுற்றன. முகம் பொலிவுற்றது. இறுதியில் அவனது நரைமுடி வெண்ணிறம் நீங்கி கறுப்பாக ஆன அதேநேரம் புரூ மூப்பில் தள்ளாடினான்.

"நன்றி மகனே... இன்னும் கொஞ்ச காலம் இவ்வுலக இன்பங்களைத் துய்ப்பேன். பிறகு மீண்டும் உன் இளமையைத் தந்து விடுகிறேன்..."

யயாதி துள்ளியவாறு புறப்பட்டான். அவனது வேகத்திற்கு சர்மிஷ்டையால் ஈடு கொடுத்து நடக்க இயலவில்லை.

புருவின் மாளிகை. மூப்படைந்திருந்த தம்பியைச் சுற்றி இளமையான அண்ணன்கள் அமர்ந்திருந்தனர்.

“உனக்குப் பைத்தியம் பிடித்துவிட்டது புரு. இல்லாவிடில் இதற்கு சம்மதித்திருப்பாயா?”

“மிகவும் கொடுமை இது. கண்டிக்கப்படத்தக்கது. பிள்ளைகளின் சுகம் பற்றி கவலைப்படாத ஒரே தகப்பன் நம் தகப்பனாகத்தான் இருப்பான். இல்லையென்றால் பெற்ற பிள்ளையிடமே இளமையைப் பெற்றுச் சென்றிருப்பானா? அப்படி என்ன பேராசை?”

“வேறென்ன ஆசை நம் தந்தைக்கு? காமம் மட்டுமே அவருடைய தலையாய ஆசை. அதுதான் ஊரறிந்த விஷயமாயிற்றே...”

“அதற்காக இப்படியா...? இருந்தாலும் நீ சற்று யோசித்திருக்கலாம் புரு!”

புரு நிதானமாகச் சிரித்தான். “போகட்டும் விடுங்கள். காமத்தை அவரால் அடக்க இயலவில்லை. அது ஒன்றே அனுபவிக்க வேண்டிய தலையாய இன்பமாகக் கருதுகிறார். அவருடைய புத்ரனாகிய நான், எனக்கு இள வயதுதான் என்றாலும், எளிதில் அதைக் கடந்துவிட்டேன். இன்பம் என்பது பெண் சுகத்தில் மட்டுமல்ல என்பதைப் புரிந்துகொண்டேன். அதைவிட சுகமான விஷயங்கள் நிறைய உண்டு என்று புரிந்துகொண்டேன். அதுவுமின்றி தகப்பனின் ஆசையை நிறைவேற்றி வைக்கவேண்டிய கடமை மகனுக்கு உண்டல்லவா? நான் உங்களைக் குற்றம் சொல்லவில்லை. ஆனால், எல்லோரையும் போல மறுக்க என்னால் இயலவில்லை.”

“எனவே தானம் செய்துவிட்டாயாக்கும்! உன் தலையெழுத்து இதுதான் என்றால் இதை மாற்ற யாரால் முடியும்?”

சகோதரர்கள் பெருமூச்சுடன் புறப்பட்டார்கள். யது மட்டும் அப்படியே அமர்ந்திருந்தான். மற்ற எல்லோரும் போனதும் புருவைப் பரிவோடு பார்த்தான்.

“தம்பி புரு, என்ன சொன்னாய் நீ? தகப்பனின் ஆசையை நிறைவேற்றி வைக்கும் கடமை மகனுக்கு உண்டு என்றா?”

“ஆமாம்...”

“உண்மைதான் தம்பி நிச்சயம் உண்டு. தகப்பனின் ஆசை நியாயமானதெனில்!”

“அப்படியானால் அப்பாவின் ஆசையில் நியாயமில்லை என்கிறீர்களா?”

“அப்படித்தான் நினைத்து மறுத்தேன்.”

“அப்பா, உங்களைப் பற்றித்தான் மிகவும் கோபமாகப் பேசினார். ஏனெனில் தலைப்பிள்ளை நீங்கள்.”

“அதனால்தான் தவறு செய்ய விரும்பவில்லை.”

“இது எப்படித் தவறாகும்...?”

“யோசித்துப் பார் தம்பி! வெறும் ராஜ்ய பரிபாலனம் செய்யவோ, யுத்தம் புரியவோ மட்டும் இளமை வேண்டுமெனக் கேட்டிருந்தால் நிச்சயம் கொடுத்திருப்பேன் நான். ஆனால் அவருடைய தலையாய எண்ணம் காமம்! காமத்திற்காக மட்டுமே இளமையை வெகு விருப்பத்தோடு கேட்டார். அப்படி நான் இளமையைக் கொடுத்திருந்தால் அவர் அதை வைத்துக்கொண்டு என்ன செய்வார்? என் தாயுடன்தானே இன்பம் அனுபவிப்பார். என் இளமை என் தாயுடனா...? நினைக்கவே நடுங்குகிறது புரு! இதனால்தான் மறுத்தேன். என் தாய்க்கு களங்கம் வேண்டாம் என நினைத்தேன். மறுத்தேன். மறுத்ததினால் நல்ல மகனல்ல என்று ஏசப்பட்டேன். இதைப்பற்றி யோசிக்கத் தோன்றவில்லையா உனக்கு புரு...?”

“கடவுளே...!” புரு திகைத்தான். “ஏன்... ஏன் இப்படி சிந்திக்க என்னால் இயலாமல் போயிற்று?”

யது அவன் தோளில் பரிவோடு கை வைத்தான். “தந்தையிடமிருந்து நீ பெற்றிருக்கும் இந்த முதுமையால் உன் மனைவிக்கு எந்தக் களங்கமும் ஏற்படாது புரூ! ஆனால், நீ தானம் செய்திருக்கிறாயே இளமை! அது உன் அன்னையைக் களங்கப்படுத்திக் கொண்டிருக்கிறது. அந்த இளமை உனக்குத் திரும்பக் கிடைத்து மறுபடியும் நீ இல்லற வாழ்வில் அடியெடுத்து வைத்தால் அப்போது உன் மனைவியும் களங்கப்படுவாள்.”

“போதும் அண்ணா போதும்...” புரூ துடிதுடித்தான். “இந்த வேதனை வேண்டாம் என்றுதான் மறுத்தேன் தம்பி. நீயாவது என்னைப் புரிந்துகொண்டால் போதும்...”

யது வெளியேற புரூ சிலைபோல் அமர்ந்திருந்தான்.

———

அஸ்தமனம் 3

கங்கை நதி பளிங்குபோல் ஓடிக்கொண்டிருந்தது. வானும் நதியும் சேருமிடத்தில் இரத்தச் சிவப்பாய் ஆதித்யன் உதயமாகிக் கொண்டிருந்தான். கரையில் நின்றபடி சிரத்தின் மேல் கைகுவித்து சூரிய வணக்கத்தில் ஆழ்ந்திருந்தான், அந்த சூரியனின் குமாரன் கர்ணன். பரிதியின் ஒளிப்பட்டு அவனே ஆயிரம் சூர்யோதயம்போல் ஜொலித்துக் கொண்டிருந்தான்.

தன் சூரிய வணக்கம் முடிந்து திரும்பின கர்ணனின் கண்களில் ஆச்சரியம்.

பின்புறம் அவனுக்காகக் காத்திருந்தவன் சாதாரணமானவனா? அகிலத்தையே ஆள்பவன் அல்லவா? உவகையும் பக்தியும் பொங்க அவன் பாதம் பணிந்தான் கர்ணன். அப்படிப் பணிந்தவனின் தோள்தொட்டு புன்னகையோடு தூக்கினான் கிருஷ்ணன்.

"இந்த தேரோட்டி மகனைத் தேடி எங்கே இவ்வளவு தூரம் கேசவா?"

"ஏன், நான் வந்தது உனக்கு பிடிக்கவில்லையா கர்ணா?" கிருஷ்ணன் சிரிப்பு மாறாமல் கேட்டான்.

"அய்யோ! அப்படியல்ல மாதவா! உன் பாதம் பட இந்த இடம் புண்ணியம் செய்திருக்க வேண்டுமே. ஆயினும் ஒரு சின்ன வருத்தம்."

"சொல் ராதேயா"

"பாதம் பணிந்தவனை, கண்ணன் வாழ்த்த மறந்தது ஏனோ? நீடூழி வாழ் என உன் வாயால் வாழ்த்துவாய் என நினைத்தேன். வாழ்த்தும் தர்மத்தை எப்போது மறந்தாய் நீ?"

“தவறு கர்ணா. வாழ்த்துக்களுக்கெல்லாம் அப்பாற்பட்டவனல்லவா நீ!” கிருஷ்ணன் சமாளிக்க கர்ணன் சிரித்தான்.

“இன்னும் நீ பொய்யை நிறுத்தவில்லையே கிருஷ்ணா! ஏமாறுவதற்கு நான் ஒன்றும் யசோதையில்லை.”

“பொய்யா... நானா...?”

“ஆம்! பொய்தான். நீ வாழ்த்தாத காரணம் நானறிவேன்.”

“அறிந்தும் ஏன் கேட்டாய் அங்கராஜனே? சரி அப்படி என்ன அறிந்து விட்டாய் நீ?”

“தீர்க்காயுசாய் வாழ்வாய் என்றோ, சிரஞ்சீவியாய் இரு என்றோ நீ வாழ்த்தும் வண்ணம் எனக்கு ஆயுள் இல்லை என்பதனால்தானே வாழ்த்துகளுக்கு அப்பாற்பட்டவன் நான் என்று சமாளிக்கப் பார்க்கிறாய்? ஏ கேசவா! சுத்த வீரன் ஆயுளைப் பற்றி வருந்துவதில்லை. கோழையாய் நீடூழி வாழ்வதைக் காட்டிலும் வீரனாய் சில மணித்துளி வாழ்வதையல்லவா விரும்புவான்! எப்போது நீ பாண்டவர் பக்கம் சேர்ந்து விட்டாயோ அந்த க்ஷணமே என் முடிவும் தீர்மானிக்கப்பட்டு விட்டதென்பதை பரிபூரணமாக உணர்ந்து கொண்டுவிட்டேன் கண்ணா.”

கிருஷ்ணன் அவனை உற்றுப் பார்த்தான். “உணர்ந்தும் கூடவா இன்னமும் நீ கௌரவர் பக்கம் இருக்க விரும்புகிறாய்? தர்மத்தின் பக்கமல்லவா நீ போரிட வேண்டும்...?”

கர்ணன் முகத்தில் சட்டெனச் சினம் படர்ந்தது. “நன்றாய்ச் சொன்னாய் கண்ணா. எது தர்மம் என்கிறாய் நீ? அதை அளவிட்டுக் காட்ட இயலுமா உன்னால்? ஒருவருக்கு தர்மமாகத் தோன்றும் விஷயம் எதிராளிக்கு அதர்மமாகத் தோன்றுகிறது. அனைத்தும் அறிந்தவன் நீ! தர்மத்தைப் பற்றி இந்த தேரோட்டி மகனிடம் தெரிந்து கொள்ளவா இங்கு வந்தாய்?”

கிருஷ்ணன் சிரித்தான். பிறகு கேட்டான், “நீ தேரோட்டி மகனென்று யார் சொன்னது கர்ணா?”

“ஊரே சொல்கிறதே! பாண்டவர்கள் சொல்கிறார்கள். பிதாமகர் பீஷ்மர் சொல்கிறார். துரோணாச்சாரியார் சொல்கிறார். என் நண்பன் துரியோதனனைத் தவிர அத்தனைபேரும் சொல்லும் வார்த்தைதானே அது!” கடைசி வார்த்தையைச் சொல்லிமுடித்த கர்ணனின் குரலில் தொனித்த வேதனை கண்டு கண்ணனின் கண்களில் பரிவு படர்ந்தது.

“மற்றவர்கள் சொல்வது இருக்கட்டும் ராதேயா. ஆனால் நீ உணர்ந்திருப்பாயே நீ யார் என்பதை.”

கர்ணன் ஒருவினாடி நிலை தடுமாறி கிருஷ்ணனைப் பார்க்க கிருஷ்ணன் புன்னகைத்தான்.

“இதே கங்கைக் கரையில் உன்னை சந்திக்க வைத்ததே நான்தான் கர்ணா.”

கிருஷ்ணன் சொல்ல, கர்ணனின் முகம் மாறியது. “ஓஹோ...! புரிகிறது கிருஷ்ணா. இத்தனை காலம் ரகசியம் காத்த நீ, நேற்று என் அன்னை யாரென எனக்கு அடையாளம் காட்டியது என் மீதுள்ள பாசத்தினால் அல்ல பரந்தாமா. ஆயினும் நீ நினைத்தது நடந்துவிட்டது. இனியும், உன் விருப்பப்படியே அனைத்தும் நடக்கும். இப்போது திருப்திதானே? யாருக்கு எது பலமோ, அதைத் தகர்ப்பதுதானே உன் தந்திரம்!”

“பிறப்பு ரகசியம் அறிந்த பின்னுமா உன் மனம் மாறவில்லை கர்ணா?”

கர்ணன் கிருஷ்ணனை உற்றுப் பார்த்தான்.

“ரகசியம் ரகசியமாகவே இருப்பதுதான் அனைவருக்குமே நல்லது கண்ணா. இனி இந்த உண்மை வெளிப்படுவதால் எனக்கு ஆகப்போவது எதுவுமில்லை. ஆனால் என்னைக் குடைந்து கொண்டிருந்த கேள்விக்கு விடை கிடைத்து விட்டது. என் அன்னை யாரென அறிந்தேன். மகிழ்ந்தேன். அது போதும் எனக்கு! தேரோட்டி மகன் என்ற சொல் இனி என்னைப் பாதிக்காது.”

கர்ணன் ஒரு வினாடி கண்களை மூடிக்கொண்டான். அவன் முகம் பரவசத்தில் ஆழ்ந்தது. தொடர்ந்து கூறினான் அவன்.

"நான்தானடா உன் அன்னை என்று அவள் என்னை உச்சி முகர்ந்தபோது சிலிர்த்துப் போனேன். மீண்டும் மழலையாக மாறி அவள் மடியில் கிடக்க மாட்டோமா என்று தவித்துப் போனேன். போகட்டும். இத்தனை காலம் கழித்தாவது தன்னைத் தாயென அறிமுகப்படுத்திக் கொண்டாளே, என்று அகமகிழ்ந்து போனேன். எல்லாம் சற்றுநேரம்தான் மாதவா. அவள் வந்த நோக்கம் புரிந்ததும் என் மகிழ்ச்சியும், சிலிர்ப்பும் சல்லடைத் தண்ணீராக வடிந்துவிட்டது. வேதனையும், துக்கமும் மட்டுமே எஞ்சி நின்றது. இருந்தாலும் பிறந்த கடனுக்கு அவள் யாசித்த வரங்களைக் கொடுத்தேன். பெற்ற கடனுக்கு, பதிலுக்கு அவளும் ஓர் வரம் தந்து சென்றாள்."

கர்ணனின் மூடிய விழிகளிலிருந்து கண்ணீர் கசிய கிருஷ்ணன் பரிவோடு, அதைத் துடைத்தான்.

"அவர்கள் உன் சகோதரர்கள் ராதேயா."

"அப்படித்தான் அன்னையார் கூறினார். ஆனால் காலம் கடந்துவிட்டது கேசவா! அரவணைப்பும், அன்பும் எனக்குத் தேவைப்பட்ட காலத்தில் எவரிடமிருந்தும் எனக்குக் கிடைக்கவில்லை. வில்வித்தை நிகழ்ச்சியின் போது தேரோட்டி மகன் என்று அத்தனைபேரும் என்னை ஏளனப்படுத்திய போது, இதே அன்னை அன்று அங்குதானே இருந்தாள்! நான் யாரென அறிந்தும் வாய்மூடி மௌனமாகத்தானே இருந்தாள்... அப்போது இல்லாத பாசம் இப்போது மட்டும் பொங்குவானேன்...? இது பாசமல்ல கிருஷ்ணா. ஊரறியத் தான் பெற்ற பிள்ளைகளை, இந்த திருட்டுப் பிள்ளையிடமிருந்து காப்பாற்ற வரம் கேட்பதற்காக வந்தாள். என் பாசத்தைத் தூண்டிவிட்டாள். தான் யாரெனக் கூறிக்கொண்டாள். தன் காரியத்தை சாதித்துக் கொண்டு சென்றாள் அவ்வளவே. சொல்லப்போனால் பிறப்பைச் சொல்லி இழிவுபடுத்தியதே என் சகோதரர்கள்தானே கண்ணா. ஒவ்வொரு

இடத்திலும் அவர்களால் அல்லவா எனக்கு அவமானம் ஏற்பட்டது. அனாதையாய் இன்று அவமானத்தில் குன்றிப் போயிருந்த என்னை எவ்வித பிரதிபலனும் பாராமல் அரவணைத்து, ஆறுதல் சொல்லி, அங்கதேசத்திற்கு அதிபதியாக்கியவன் துரியோதனன் அல்லவா! என்னைப் பொறுத்தவரை அவனே தர்மவான். உத்தமன். ஆக, உன் கணக்குப்படி தர்மத்தின் பக்கம்தான் நான் இருக்கிறேன். புரிகிறதா உனக்கு?”

“உன் தர்மம் அதுவாகவே இருக்கட்டும் ராதேயா. ஆயினும் அவன் செய்யும் தவறுகளுக்கு நீ துணை செல்லலாமா? அது அதர்மம் அல்லவா? அப்படி அவன் தவறு செய்யும்போது அவனுக்கு அறிவுரை சொல்லித் திருத்த வேண்டியது உன் கடமை இல்லையா?”

கர்ணன் குறுக்கிட்டான்.

“எதைத் தவறு என்கிறாய் நீ?”

“ஒன்றா இரண்டா?” அரக்கு மாளிகை கட்டி அடியோடு அழிக்கப் பார்த்தது முதல் எத்தனை தவறுகள்! அனைத்திற்கும் சிகரம் வைத்தாற்போல் நடுச்சபையில் பாஞ்சாலியின் கூந்தல் பற்றியிழுத்து வரச்செய்து வஸ்திரத்தை இழுத்து அவமானப்படுத்திய போது நீயும்தானே உடனிருந்தாய் அங்கராஜனே! உன் சகோதரிக்கோ, மனைவிக்கோ இந்நிலை ஏற்பட்டிருந்தால் மௌனமாய்ப் பார்த்துக்கொண்டு அமர்ந்திருப்பாயா? எந்த ஒரு பெண்ணுக்கும் நிகழக்கூடாத கொடுமையல்லவா அது!”

கிருஷ்ணன் இப்படிக் கூற, கர்ணனின் முகம் ஒரு வினாடி சங்கடத்தில் ஆழ்ந்தது. ஒரு வினாடிதான். மறுகணம் நிமிர்ந்து கிருஷ்ணனைப் பார்த்தான் அவன்.

“குற்றத்தை ஒருவர் மீதே சுமத்தாதே கண்ணா. தவறு பாஞ்சாலியிடமும் உள்ளது” என்றான்.

“அப்படியென்ன தவறு செய்துவிட்டாள் பாஞ்சாலி?”

கிருஷ்ணன் கேட்க, கர்ணன் இகழ்ச்சியாய்ச் சிரித்தான். பிறகு சொன்னான்.

"ஒன்றா இரண்டா? பாண்டவர்களுக்கும், கௌரவர்களுக்கும் ஆயிரம் பகை இருக்கட்டுமே! ஆனால் பெண் என்பவள் அன்பை இருபுறமும் எடுத்துச்செல்லும் பாலமாக இருக்க வேண்டுமேயன்றி பகையை இன்னும் ஆழப்படுத்தும் செயலில் இறங்கலாமோ? அப்படி இறங்குவது தன் தலையில் தானே வைத்துக்கொள்ளும் நெருப்புக்குச் சமானமன்றோ! பகையை அன்பால் வெல்லத் தெரியாத துருபதன் மகள் தலைக்கனம் கொண்டு, அன்றொரு நாள் இந்திரப் பிரஸ்தத்தில் அவர்களது மாளிகைக்குச் சென்ற துரியோதனன், நீர் எது, நிலம் எது என்று புரியாமல் ஒரு வினாடி மயங்கித் தடுமாறி கீழே விழுந்தபோது கேலியாகச் சிரித்தாளே! அது எந்த வகையில் தர்மம்? தன் வீட்டுக்கு வந்த மைத்துனரை அவமதித்துச் சிரிப்பதா பெண்ணுக்கு அழகு! கீழே விழுந்தவனுக்கு கரம் கொடுப்பதல்லவா பண்பாடாகும்! அந்த பண்பாட்டை பாஞ்சாலி மறந்தது யார் குற்றம்? சிரிப்பதைத் தவிர்த்து, பெண்ணுக்குரிய பரிவோடும், அன்போடும் ஓடிவந்து அவனைத் தன் தமையனாக பாவித்து ஒரு கரம் கொடுத்து அவனுக்கு உதவியிருப்பாளேயானால் அந்த க்ஷணமே துரியோதனனின் துவேஷங்கள் தகர்ந்திருக்குமே! எடுத்துக் கொள்ளுங்கள் அனைத்தையுமே என்று அள்ளிக் கொடுத்திருப்பான் என் நண்பன். அடிப்படையில் அவன் நல்லவனே. அவனது அன்பைப் பல கோணங்களில் உணர்ந்தவன் நான். பல பரிமாணங்களில் தரிசித்தவன் நான். சிறு பிராயத்திலேயே துவேஷத்தை அவன் மனத்தில் புகுத்தியது யார்? பீமனல்லவா? எள்ளி நகையாடி எதற்கும் கேலி செய்து அவன் மனதில் வெறுப்பை விதைத்து விருட்சமாய் வளரச் செய்த புண்ணியம் பீமனையல்லவா சேரும்! அது மட்டுமா? சுயம்வர மண்டபத்தில் வில்லேந்தி நாணேற்றி வெற்றியடைய இருந்த என்னை எப்படி அவமானப்படுத்தினாள் பாஞ்சாலி! சுயம்வரமென்றால் அங்கே வீரம் மட்டும்தானே மதிக்கப்பட வேண்டும்! ஆனால் அவளோ என் குலம்பற்றி பேசிப் பழித்தாள். தேரோட்டி மகனை நான்

மணப்பதா என்று ஆணவமாய்ப் பேசி நாணேற்றிய வில்லை, நான் கீழே போடும்படி செய்து என்னை தலைகுனிய வைத்தாளே, அது எந்த வகையில் தர்மம்? பிறப்பைச் சொல்லி வீரத்தை இழிவு செய்தது நியாயமா சொல் மாதவா! அன்று மட்டும் என் வீரம் மதிக்கப்பட்டிருக்குமானால் இந்நேரம் பாஞ்சாலி எனக்கல்லவா பத்தினியாகி இருப்பாள்? இந்த குருக்ஷேத்திரப் போருக்கும் அவசியமின்றிப் போயிருக்குமே... ஆக, இந்த யுத்தத்தின் அஸ்திவாரம் அவளால் எழுப்பப்பட்டதேயன்றி எதற்காக துரியோதனனை மட்டும் குற்றம் கூற வேண்டும்? தவறுகளின் மொத்த உருவமுமே அவன்தான் என்று நீயுமா முடிவுகட்டிவிட்டாய்?"

கிருஷ்ணன் அமைதியாய் கர்ணனைப் பார்த்து புன்னகைத்தான், "எல்லாம் நானறிவேன்" என்றான்.

"நீ அறிவாய் என்பதை நானும் அறிவேன் வாசுதேவா! அனைத்தையும் விடு! இப்போது நீ எதற்கு வந்தாய் என்பதைச் சொல். கேவலம் இந்த ராதேயனிடம் நீ கேட்டுப் பெற்றுச் செல்ல எதுவும் இல்லை, என்றாலும் அதையும் மீறி அவர்களுக்காக என்னிடம் ஏதேனும் கேட்க வந்திருப்பாயேயானால் கேட்டு விடு. கொடுக்க சித்தமாயிருக்கிறேன். ஏனெனில் ஒவ்வொன்றாய் நான் இழந்து கொண்டிருக்கிறேன். தேவேந்திரன் வந்தான், தன் மகன் அர்ச்சுனனைக் காக்கும் பொருட்டு கவச குண்டலங்களைப் பெற்று சென்றான். தாயார் குந்தி தேவியார் வந்தார்கள். அவர்களும் தன் மக்களைக் காக்க இரண்டு வரம் பெற்றுச் சென்றார்கள். பொன்னும் மணியும் இப்போது என்னிடம் யாரும் யாசிப்பதில்லை கண்ணா. என் பலங்களை ஒவ்வொன்றாக, யாசகம் என்ற பெயரால் பறித்துச் செல்கிறார்கள். என் முடிவு எனக்கு நிதர்சனமாகத் தெரிந்து விட்டது வாசுதேவா! பிரம்மாஸ்திரம் மறந்துவிடும் என்று சபித்திருக்கிறார் பரசுராமர். ஆயினும் நான் எதற்கும் கலங்கவில்லை. ராதேயன் கடைசி சொட்டு ரத்தமிருக்கும் வரை நண்பனைப் பிரியான். என் மரணத்தினால் உண்மையில் வருந்தப்போவது அவன் ஒருவனே. இப்போது சொல்! எதற்காக என்னைத் தேடி வந்திருக்கிறாய்? உனக்குத்

தர என்னிடம் என்ன உள்ளதென எனக்குத் தெரியவில்லை. அப்படி இருக்கிறதென்றால் தயங்காமல் கேள் பரந்தாமா! உனக்குக் கொடுப்பதைவிட பாக்கியம் ஏதேனும் உண்டா?"

கிருஷ்ணன் புன்னகையோடு கர்ணனின் முதுகில் கை வைத்துத் தடவுகிறான்.

"கேட்பேன் ராதேயா! நிச்சயமாய்க் கேட்பேன். இப்போதல்ல! நேரம் வரும்! இந்த வாசுதேவனும் உன்னிடம் யாசகம் கேட்டு வருவேன். எவராலும் கொடுக்க முடியாத ஒன்றை, எவருமே கொடுக்கத் துணியாத ஒன்றை உன்னிடம் யாசகமாய்க் கேட்பேன்."

"அது எதுவாயினும் சத்தியமாய்த் தருவேன் பரந்தாமா."

"எனக்குத் தெரியம் கர்ணா. நீ கொடுத்து விடுவாய் என்று. ஆக, உன் முடிவில் எந்த மாற்றமும் இல்லை அப்படித்தானே?"

"நிச்சயமாக! அதைத் தவிர எதற்கும் துணியேன். செய்நன்றி கொன்றான் கர்ணன் என்ற இழிச்சொல்லுக்கு மட்டும் ஒருநாளும் ஆளாக மாட்டேன், துரியோதனுக்காக வாளேந்துவதே என் கடமை. அந்த கடமையின் பலன் எதுவாயினும் அதைப்பற்றி எனக்குக் கவலையில்லை."

"நன்று ராதேயா, நான் வருகிறேன். போரில் சந்திப்போம்."

"மகிழ்ச்சி மாதவா!"

கண்ணன் புறப்பட கர்ணன் கைகூப்பி விடை கொடுத்தான்.

யுத்த பூமி...

கர்ணன் உடல் முழுக்க அம்புகள் தைத்திருக்க கீழே கிடந்தான். அர்ச்சுனன் தொடுத்த அம்புகள் மலர் மாலையாக மாறி அவன் மேலே விழ, அர்ச்சுனன் திகைக்கிறான். கர்ணனை நோக்கி அப்போது கிழப்பிராமணர் ஒருவர் மெல்ல நடந்து வருகிறார்.

"அய்யோ அங்கராஜனே! நான் காண்பது நிஜம்தானா? நிலத்தில் விழுந்து கிடப்பது மாவீரன் கர்ணன்தானா? யாசகம்

கேட்க வந்திருக்கும் நான் இந்நிலையில் உன்னிடம் யாசகம் கேட்டதும் பாபமன்றோ, வேண்டாமப்பா நான் வருகிறேன்."

"நில்லுங்கள்!" கர்ணன் சிரமப்பட்டு பேசினான். "யாசகம் கேட்க வந்தீரா? இந்த யுத்த பூமியிலா? கேளுங்கள் அய்யா. நீ கேட்பதைக் கொடுக்கும் பாக்கியம் எனக்குக் கிடைக்கட்டும். கேளுங்கள்."

"வில்லும் அம்பும், நிலத்தில் சிக்கிய தேரும், வழிந்தோடும் குருதியும் தவிர உன்னிடம் யாசிப்பதற்கு வேறென்ன இருக்கிறது?" என்று யோசிக்கிறேன்.

"இருப்பதைக் கேளும் அய்யா. நான் கொடுக்கக் கூடியதைக் கேட்பது உம் சாமர்த்தியம். இறுதி மூச்சிலும் இல்லையெனச் சொல்லாமல் தந்துவிட்டு சாகும் பாக்கியம் எனக்குக் கிடைக்க அருள் செய்யுங்கள்."

கிழவர் யோசித்தார். "ம்...! என்ன கொடுப்பாய் நீ? அனைத்தையும் கொடுத்து விட்டதால்தானே இப்படி விழுந்து கிடக்கிறாய்! கொடுத்துக் கொடுத்து நீ சேர்த்து வைத்துக் கொண்டிருக்கும் புண்ணியத்தைத் தவிர வேறென்ன இருக்கிறது, இனி கொடுப்பதற்கு உன்னிடம்?"

கர்ணனின் விழிகள் பளிச்சிட்டன. "அந்த புண்ணியத்தைக்கூட கொடுக்க முடியுமானால் கொடுத்துவிடச் சித்தமாயிருக்கிறேன் அய்யா. ஆனால் அது உமக்கு பயன்படுமா?"

"பயன்படாமலென்ன? என் பாவங்கள் கரைய அவை உதவுமே."

"அப்படியானால் பெற்றுக்கொள்ளும். வழிந்தோடும் இந்த குருதியால் என் புண்ணியங்கள் அனைத்தையும் தருகிறேன்."

கர்ணன் தன் மார்பிலிருந்து அம்பு ஒன்றைப் பிடுங்கி, பீறிட்ட குருதியால் தன் புண்ணியங்களை அந்த பிராமணருக்கு தானமளித்தான். பிராமணக் கிழவன் திருப்தியோடு திரும்பி நடக்க கர்ணன் அவரை உற்றுப் பார்த்தான்.

"கிருஷ்ணா..."

அவர் அதிர்ச்சியோடு நின்று, திரும்பிப் பார்க்கிறார்.

“மரணத் தருவாயில் அவன் பெயரை நான் உச்சரிக்கிறேன். நீர் எதற்கு நிற்கிறீர் அய்யா?”

“நீ அப்படி அழைக்கும்போது என்னைக் கட்டியிழுப்பது போலிருக்கிறது அப்பனே!”

“அப்படியானால் இன்னும் எதற்கிந்த வேஷம்...?”

பிராமணர் தடுமாறினார். “நான்... சாட்சாத் கிருஷ்ணன்தான்.”

“எனக்குப் புரிந்து விட்டது மாதவா! நீ நீயாகவே வந்திருந்தாலும் கேட்டதைக் கொடுத்திருப்பேனே? எதற்கிந்த வேடம் வாசுதேவா?”

பிராமணர் அருகில் வந்தார்.

“கிருஷ்ண ரூபத்தில் தவறு செய்ய விரும்பவில்லை கர்ணா. எனவேதான் இந்த வேடம். அவர்களுக்குக் கொடுத்த வாக்கை காப்பாற்ற நான் செய்து கொண்டிருக்கும் குற்றங்களில் இதுவும் ஒன்று. என்னை மன்னிப்பாயா கர்ணா?”

கர்ணன் பதறினான்.

“யாரிடம் யார் மன்னிப்பு கேட்பது கேசவா? சர்வமும் நீயல்லவா! நான் வெறும் அற்பன் கண்ணா, என்னிடம் நீ மன்னிப்பு கேட்பதா?”

“என்னிலும் உயர்ந்தவன் கர்ணா நீ! உன் கொடையுள்ளத்தின் முன் என் விஸ்வரூபம்கூடச் சிறியதுதான் ராதேயா. இந்த போரில் பாண்டவர்கள் ஜெயிப்பதற்காக, தர்மம் நிலைப்பதற்காக பல தந்திரங்கள் செய்து, என் மதிப்பிற்கும், வணக்கத்திற்கும் உரியவர்களைக்கூட வீழ்த்தினேன். அதனால் பாவங்கள் என்னையும் பீடித்திருக்குமெனில் அந்த பாவங்கள், நீ அளித்த புண்ணியத்தால் கரையட்டும் கர்ணா.”

கிருஷ்ணன் வந்த வழியே நடந்து அர்ச்சுனனிடம் வந்தான். அர்ச்சுனன் அடுத்து எய்த அம்பு கர்ணனின் உயிரைப் பறித்தது.

“ஆஹா...! கொன்றேன் கர்ணனை! வீழ்ந்தான் ராதேயன் அழித்தேன் என் எதிரியை!’

அர்ச்சுனன் மார்தட்டி முழக்கமிட கிருஷ்ணன் அமைதியாய்ப் பார்த்தான் அவனை.

“என்ன பார்க்கிறாய் கண்ணா? என் வீரத்தில் உனக்கு மகிழ்ச்சியில்லையா?”

“எதை வீரம் என்கிறாய் தனஞ்சயா?”

“மாவீரன் என்று மார்தட்டிக் கொண்டு என்னைக் கொல்வதற்காக இந்த யுத்த களம் நுழைந்த என் எதிரியை, அந்த தேரோட்டி மகனைக் கொன்றது வீரமில்லாமல் என்னவாம்?”

“தேரோட்டி மகனைக் கொன்றாயா நீ? கர்ணன் தேரோட்டி மகனா? யார் சொன்னது? அதோ பார் காண்டீபா, அந்தக் காட்சியை.”

கிருஷ்ணன் காட்டிய திசையில் பார்த்த அர்ச்சுனன் திகைக்கிறான். அங்கே குந்திதேவி கர்ணனை மடியில் கிடத்திக்கொண்டு, ‘மகனே மகனே’ என்று கதறிக் கொண்டிருக்கிறாள். அதுகண்டு பாண்டவர்கள் மற்ற நால்வரும் அங்கே வந்து விட்டார்கள்.

“இதென்ன மாதவா! இதற்கென்ன அர்த்தம்?” யுதிஷ்ட்ரன் கேட்டான்.

கிருஷ்ணன் கேலியாகச் சிரித்தான். “புரியவில்லையா யுதிஷ்ட்ரரே! குந்திதேவி கர்ணனை மகனே என்று அழைக்கிறாள். மடிமீது கிடத்திக் கொண்டிருக்கிறாள் என்றால், அவன் தேரோட்டி மகனல்ல என்றுதானே அர்த்தம்!”

பாண்டவர்கள் அதிர்ச்சியோடு அவனைப் பார்த்தார்கள்.

“நீ என்ன சொல்கிறாய் கேசவா?” யுதிஷ்ட்ரனின் குரல் நடுங்கியது.

“உங்கள் அனைவருக்கும், ஏன் கௌரவர்கள் நூறுபேருக்கும்கூட மூத்தவன் அவனே! எந்த ராஜ்யத்திற்காக நீங்கள் அடித்துக் கொள்கிறீர்களோ, அதை ஆளும் உரிமை பெற்றவனும்

உண்மையில் அவன்தான்! அதைத்தான் இந்த யுத்த பூமியில் தன் கண்ணீரால் அறுதியிட்டுக் கூறுகிறாள் உங்கள் அன்னை!"

"கடவுளே! என்ன காரியம் செய்துவிட்டாய் வாசுதேவா! என் தமையனை என் கையாலேயே கொல்ல வைத்துவிட்டாயே. இது நியாயமா? இந்த ரகசியத்தை ஏன் எங்களிடம் இதுநாள்வரை சொல்லாமல் மறைத்து விட்டாய்...?" அர்ச்சுனன் கண்ணீர் விட்டான்.

"சற்றுமுன் குதித்தாயே அர்ச்சுனா மாவீரனைக் கொன்றுவிட்டேன் என்று. கொன்றது நீயல்ல என்பதை முதலில் உணர்ந்துகொள்! அவனைக் கொன்றது நீயல்ல. நான்! ஆம் நானே கொன்றேன் அவனை! அந்த உத்தமனைக் கொல்வது அத்தனை எளிதென்றா எண்ணி விட்டாய்? உங்களுக்காக நான் செய்த பிரதிக்ஞை காரணமாக இவனைக் கொல்ல வேண்டிய நிர்பந்தத்திற்கு ஆளானேன், எவராலும் வெல்ல முடியாத சூரிய குமாரன் அவன் என்பதை நானறிவேன். எனவே, என் சூழ்ச்சியால் அவனது பலங்கள் ஒவ்வொன்றாய்த் தகர்த்தெறிந்தேன். என் வேண்டுகோளின்படிதான் தேவேந்திரன் கவச குண்டலங்களை யாசகமாய்ப் பெற்று அவன் முதல் பலத்தைப் பறித்தான்."

"ராஜ வம்சத்தில் பிறந்த உங்களுக்கே இல்லாத அற்புதமான ஒளி பொருந்திய கவச குண்டலங்கள் அவனுக்கு மட்டும் எப்படி உடலோடு அமைந்து பிறந்தன என்று ஒரு வினாடி யோசித்துப் பார்த்திருந்தால் அவன் பிறப்பை எள்ளிநகையாடி இருக்க மாட்டீர்கள். அவை தன்னைக் காக்கக்கூடிய கவசங்கள் என்று அறிந்திருந்தும்கூட, சாட்சாத் சூரியதேவனே கொடுக்க வேண்டாம் என்று எச்சரித்தும்கூட தேவேந்திரன் யாசகமாய் அவற்றைக் கேட்டதும், வலியும், வேதனையும் பொருட்படுத்தாது அறுத்துக் கொடுத்த உத்தமன் அவன். மாவீரன்! அது மட்டுமா? உன் ஒருவனைத் தவிர மற்ற நால்வரையும் கொல்வதில்லையென்றும், நாகாஸ்திரத்தை ஒருமுறைக்கு மேல் உன்மீது எய்வதில்லை என்றும் உன் தாய்க்கு சத்தியம் செய்து கொடுத்தவன். அந்த வரங்களைப் பெறுவதற்காக அவளை நான்தான் அனுப்பிவைத்தேன் அர்ஜுனா, அவனிடம்.

குந்தி தேவிதான் தன் தாயென்பதை அறிந்தும் மகிழ்ந்தானே தவிர அந்த உரிமையைக் கொண்டு நாடாளத் துடிக்கவில்லை அவன்."

"செஞ்சோற்றுக் கடனுக்காக உயிர் விடுவதே தன் கடமை என்று தீர்மானித்தான். ஒருமுறைக்கு மேல் அவன் நாகாஸ்திரம் எய்யமாட்டான், என்பதனாலல்லவா என்னால் தேரை பூமியில் அழுத்தி முதல்முறை வந்த நாகாஸ்திரத்திலிருந்து உன்னைக் காக்க முடிந்தது?"

"பரசுராமரிடம் பெற்ற சாபம், கொடுத்த வரங்கள் இப்படி எல்லாமே அவனை பலி கொண்டுவிட்டன. அப்படியும் உன்னால் அவனைக் கொல்லவா முடிந்தது? உன் அம்புகளை பூமாலையாக்கி தர்மம் அவனைக் காத்தபோது திகைத்து நின்றாயே, மறந்து விட்டதா? அப்போதும் என் தந்திரத்தால் பிராமண வேடத்தில் சென்று அவன் புண்ணியங்கள் அனைத்தையும் தானமாய்ப் பெற்றேன். யோசித்துப் பார் அர்ச்சுனா. எவரேனும் தன் புண்ணியங்களைக் கொடுக்கத் துணிவார்களா என்று."

"ஆனால் கர்ணன் கொடுத்தான். அனைத்தையும் மகிழ்வோடு கொடுத்தான். அதன்பின்தான் உன்னால் அவனைக் கொல்ல முடிந்தது. யுத்தம் ஆரம்பித்த பின்னர்தான் பகவத்கீதையை உனக்கு உபதேசித்தேன். ஆனால் எவ்வித உபதேசமும் பெறாமலேயே அதன் சாராம்சங்களைத் தன் வாழ்வில் கடைபிடித்தவன் உண்மையில் இந்த ராதேயனே காண்டீபா! நண்பனுக்காக வாளேந்துவதே தன் கடமை என்றான் அவன்."

"பெற்ற தாயாலும் அவன் மனதை மாற்ற முடியவில்லை. ஏன்? அந்த விஷயத்தில் நானே தோற்றேன் அவனிடம். க்ஷத்திரிய தர்மம் போர் செய்தலே என்று உனக்கு உபதேசித்தேன். பாசங்களுக்கோ, பந்தங்களுக்கோ அங்கு இடமில்லை என்பதை உபதேசம் பெறாமலேயே உணர்ந்திருந்தான் அவன். கடமையைச் செய். அதன் பலன் எதுவாயினும் அது என்னைச் சேரும் என்றேன் உன்னிடம். செஞ்சோற்றுக் கடனுக்காக உயிர் விடுவதே தன் கடமை என்று உறுதியாக இருந்தான் அவன். இதோ அவன்

புண்ணியங்களைக் கேட்டுப் பெற்றேன். ஆனால், பாவங்கள் கேட்காமலே என்னை வந்தடைந்து விட்டன."

"இப்போது அவன் என்னிலும் உயர்ந்தவனாகி விட்டான். பிறப்பைச் சொல்லி இழிவுபடுத்துவதை இனியாவது தவிருங்கள். பிறப்பால் எவனும் இழிந்தவனாகிவிட மாட்டான். குலம் எதுவாயினும் தன் நடத்தையினால் மட்டுமே ஒருவன் உயர்வடைய முடியும். இவன் குந்தி புத்திரனே என்ற உண்மை தெரிந்திருந்தால் நிச்சயமாக துரியோதனன் இவனுக்கு மகுடம் சூட்டி மகிழ்ந்திருப்பான். நீங்களும் மறுக்கப்போவதில்லை. ஆயினும் ரகசியம் ரகசியமாகவே இருக்கட்டும் என்றான். எதற்காக? துரியோதனனுக்கு பட்டம் கிடைக்க வேண்டும் என்ற நன்றி உணர்ச்சியால்! நண்பனுக்காக உயிர் துறக்கத் துணிந்த அவன் உயர்ந்தவனா, அல்லது கட்டின மனைவியையும் சூதாட்டத்தில் பணயம் வைக்கத் துணிந்த நீங்கள் உயர்ந்தவர்களா? எவரேனும் தன்னை இழந்த பின்னும் வெறியடங்காது மனைவியைப் பணயம் வைத்து சூதாடுவார்களா? ஆனால் நீங்கள் ஆடினீர்கள்! அதல்லவா இத்தனை அழிவுகளுக்கும் காரணம்! உங்களால் அல்லவா நானும் பல தந்திரங்கள் செய்யவேண்டி வந்தது! தர்மம் ஜெயிப்பதற்காக பல அதர்மங்களைச் செய்தேன். இல்லாவிடில் பிதாமகர் பீஷ்மரையும், ஆச்சாரிய துரோணரையும், மாவீரன் கர்ணனையும் உங்களால் கொன்றிருக்க முடியுமா? அல்லது வென்றிருக்கத்தான் முடியுமா..."

கிருஷ்ணன் ஆவேசமாய்ப் பேசி நிறுத்த, பாண்டவர்களின் சிரங்கள் குற்ற உணர்ச்சியாலும், அவமானத்தாலும் நிலம் நோக்கிக் குனிய, நிலத்தில் வீழ்ந்துகிடந்த கர்ணனின் முகம் மட்டும் கம்பீரமாக ஆகாயம் நோக்கியிருந்தது. புத்திரசோகம் தாளாமல் ஆதவன் மறைய ஆரம்பித்தான்.

——

காத்திருப்பேன் ஸ்ரீராமா

4

புஷ்பக விமானம் பூப்போல வான்வழியே சென்று கொண்டிருந்தது. ஸ்ரீராமன் சற்றே சாய்ந்து கீழ்நோக்கிப் பார்த்தான்.

"சீதே, பார்த்தாயா? நாம் இப்போது கிஷ்கிந்தைக்கு மேலே பறந்து கொண்டிருக்கிறோம். இங்கேதான் நான் சுக்ரீவனையும், என்னருமை ஹனுமனையும் சந்தித்தேன். இவர்கள் உதவியில்லாவிடில் உன்னை நான் இத்தனை சீக்கிரம் சிறைமீட்டிருக்க முடியாது."

சீதை குனிந்து கீழே பார்த்தாள். அவள் கண்கள் லேசாகக் கலங்கியது. அப்பப்பா! எத்தனை இன்னல்கள் பட்டாகிவிட்டது. பாவி இராவணன் அவளைச் சிறையெடுத்துச் சென்றது முதல் ராகவன் அவளைச் சிறைமீட்டது வரை ஒருமுறை நினைத்துப் பார்த்தாள். அவளையும் மீறி பெருமூச்சொன்று வெளிப்பட்டது.

ஸ்ரீராமன் இன்னமும் கீழே நோக்கிக் கொண்டிருந்தான். மேலிருந்து தான் பார்த்துக்கொண்டே வந்த ஒவ்வொரு இடமும் கடந்து சென்ற விஷயங்களை வரிசையாக நினைவுபடுத்த அவன் முகத்தில் வேதனையும் நெகிழ்ச்சி கலந்த புன்முறுவலும் வெளிப்பட்டது. திடீரென்று அவன் முகம் மாறியது.

"லக்ஷ்மணா, அதோ பார்! பரதன் தீக்குளிக்க ஆயத்தமாகி விட்டான், சீக்கிரம் செல்லட்டும் விமானம்."

விமானம் வாயுவைவிட விரைவாய்ச் சென்று கீழே இறங்கியது.

"தம்பி... தம்பி பரதா! நில்! நான் வந்து விட்டேன்."

அந்தக் குரல் கேட்டதும் பரவசத்தோடு திரும்பின பரதன், "அண்ணா" என்று அழைத்தபடி ஓடிவந்து தமையனைத் தழுவிக்

கொண்டான். அவன் கண்கள் பீறிட்டன. பேச இயலாமல் தடுமாறினான்.

“தம்பி பரதா… என்ன காரியம் செய்யத் துணிந்து விட்டாய்! அத்தனை அவநம்பிக்கையா என் மீது?”

“நான்… நான்… மன்னித்து விடுங்கள் அண்ணா.”

“அயோத்தியில் அனைவரும் நலம்தானே?”

“நலம்தான்.”

“உடன் அங்கே செல்ல வேண்டும். புறப்படு பரதா.”

◈◈◈

“அண்ணா, அயோத்தி வந்துவிட்டது.” ராமன் மூடியிருந்த தன் கண்களைத் திறக்கிறான். அயோத்தி அரண்மனை கண்முன் தெரிய ஒருகணம் அவன் உடல் சிலிர்த்தது. அவன் பிறந்த இடம்! அவன் தவழ்ந்த மாளிகை, அவன் தடுமாறி நடக்க ஆரம்பித்த பூமி, அவன் அன்னை நிலவு காட்டி அவனுக்கு அமுது ஊட்டிய இடம், அவன் தந்தை அவனை அரவணைத்து ராமா என்று கொஞ்சி மகிழ்ந்த இடம், அவன் வில்வித்தை கற்று வீரனாய் மாறிய இடம், அப்பப்பா… எத்தனை காலமாயிற்று. பதினான்கு நீண்ட ஆண்டுகள்…!

“ராமா…”

“யார்…?” ராமன் குரல் வந்த திசையைப் பார்த்தான். மறுகணம் அவன் முகம் வேதனையில் தோய்ந்தது. கண்ணீர்ப் பெருக்கெடுத்தது. நெருப்புத் துண்டம்போல் நெற்றியில் குங்குமம் ஜொலிக்க, அந்த ஜொலிப்பில் ஆபரணங்கள் கூட பிரகாசம் மங்கிவிட்டதுபோல் தோன்ற நடமாடிய அன்னை கௌசல்யாவா… இவள்! வெள்ளைப்புடவையில் பாழ் நெற்றியோடு…

“அம்மா…”

“ராமா… மகனே…”

கௌசல்யா பாய்ந்து வந்து பிள்ளையை அணைத்து கண்ணீர் விட்டழுதாள். ராமன் அவளைத் தேற்ற முயன்றான்.

அப்போது லக்ஷ்மணன் அங்கே வேகமாக வந்தான்.

"அண்ணா... உங்களைப் பார்க்க அயோத்தி மாநகரமே திரண்டு அரண்மனை முன் நிற்கிறது. விரைவில் பட்டாபிஷேகம் நடக்க வேண்டுமாம். அவர்கள் அதைக் கண்ணாரக் காணும்வரை உறங்க மாட்டார்களாம்."

"அப்படியே ஆகட்டும் என்று அவர்களுக்குச் சொல் லக்ஷ்மணா."

"அதை உங்கள் திருவாயால் சொல்லுங்கள் அண்ணா. அவர்கள் அதற்குத்தானே தவமிருக்கிறார்கள்."

ராமன் வெளியில் வந்து தன் மக்களைப் பார்த்து புன்னகைத்தான். "விரைவில் பட்டாபிஷேகம் நடக்கும். அனைவரும் வரவேண்டும்" என்று வேண்டுகோள் விடுத்தான்.

◈◈◈

அன்று முழுக்க அரண்மனையில் ஒவ்வொருவராகச் சென்று சந்தித்தான் ஸ்ரீராமன். கோசலை, சுபத்திரை, மற்றும் உள்ள பெரியவர்கள் அனைவரையும் தனித்தனியே சந்தித்து ஆசிபெற்றான். இறுதியாக அன்னை கைகேயியின் மாளிகையை நோக்கிச் சென்ற அண்ணனை வியப்போடு பார்த்தான் பரதன்.

"அங்கே எங்கே செல்கிறீர்கள் அண்ணா? அங்கே மனிதர்கள் யாருமில்லை. இரண்டு பேய்கள்தான் வசிக்கின்றன" என்றவனை ராமன் புன்முறுவலோடு பார்த்தான்.

"தாய் என்று நினைத்துப் பார்த்தால் தாய் தெரிவாள் பரதா."

"இல்லை. அவளைத் தாய் என்று சொல்லிக்கொள்ளவே வெட்கப்படுகிறேன், வேதனைப்படுகிறேன்."

"நான் பெருமைப்படுகிறேன் தம்பி. பரதன் என்ற மாணிக்கத்தை ஈன்றவள் அவள்."

“ஆம், மாணிக்கம் நச்சுப்பாம்பிடம்தான் உதிக்கும். அதற்காக பாம்புக்கு நன்றி சொல்லப் போகிறீர்களா?”

“அப்படிச் சொல்லாதே பரதா. அவள் அன்பின் சிகரம். என்மீது அவள் வைத்திருந்த பாசம் அளவிட முடியாதது.”

“அதனால்தான் கானகம் அனுப்பிவிட்டாளோ?”

“அது என் விதி பரதா! எனக்கு விதிக்கப்பட்டதை நான் அனுபவித்துத்தானே தீரவேண்டும்? அன்னையார் தந்தையிடம் வரம் வாங்காவிட்டாலும் கூட வேறு ஏதோ காரணத்திற்காக என் விதி என்னைக் கானகத்திற்கு விரட்டியிருக்கும். பாவம் இப்போது பழியை அன்னையார் சுமக்கிறார்கள். அவள் மனதிலும் வேதனைகள் இருக்கும். வனவாசம் எனக்கு மட்டுமல்ல; அவளும் இங்கிருந்தே அத்தனை துன்பத்தையும் அனுபவித்திருப்பாள். அவளுக்கு ஆறுதல் கூறவேண்டியது என் கடமை. அவளோடு நீண்ட நாழிகை இருந்து அளவளாவ வேண்டும் என்பதால்தான் இறுதியாக அவளைப் பார்க்கச் செல்கிறேன். என்னைத் தடுக்காதே பரதா. என் உடன் வந்து நீயும் அவளிடம் ஆசி பெறு.”

அதற்குமேல் அண்ணனை எதிர்க்க பரதனால் இயலவில்லை, அண்ணன் பேச்சுக்குக் கட்டுப்பட்டான்.

◈◈◈

“**அ**ம்மா...”

கைகேயி திடுக்கிட்டுத் திரும்பினாள்.

“ராமா... நீயா...? நீ... என்னை... வேண்டாம் குமாரா. போய் விடு. நீ பார்த்து ஆசி பெற சற்றும் அருகதையில்லாதவள் நான். உன் அருமைத் தந்தையைக் கொன்ற கொலைகாரி. உன் பட்டாபிஷேகம் முடிந்த கையோடு இந்த கொலைகாரிக்கு தக்க தண்டனை கொடு ராகவா. என்னை வெட்டிக் கொன்று விடு. இந்த ஊரும், உறவும் என்னைப் பார்க்கும் பார்வைகளை என்னால்

தாள முடியவில்லை ராகவா. நான் ஏன் அப்படிச் சொன்னேன்? என் கண்மணியை எப்படிக் காட்டுக்கு அனுப்பத் துணிந்தேன்? எனக்கு ஒன்றும் புரியவில்லையப்பா. என் மனமும், வாயும் என் கட்டுப்பாட்டுக்குள் இல்லையா? எப்படிச் சொன்னேன்? எந்த மாயை என் சிந்தையை மறைத்தது? எப்போது அது விலகியது...? துடிக்கிறேன் ராமா, ஒவ்வொரு க்ஷணமும் துடிக்கிறேன். யாருக்காக இத்தவறைச் செய்தேனோ, அவனே என்னை வெறுத்து ஒதுக்கிய பிறகு, ஒரு துளி விஷமருந்தி உயிர் நீத்து விடலாம் என்றுதான் எண்ணினேன். உன்னை ஒருமுறை பார்க்க வேண்டும் என்றுதான் அம்முடிவைக் கைவிட்டேன். என்னை மன்னிப்பாயா மகனே. இந்த பாதகியை மன்னிப்பாயா?"

"தாயே..." ராகவன் சட்டென்று அவள் வாயை மூடினான்.

"நான் என்றும் உங்கள் மகன்தான் தாயே. நான் உங்களை என்றும் வெறுத்ததில்லை, ராவணன் என்ற கொடியவனை அழித்த பெருமை எனக்கு கிடைத்தது தங்களால்தான் அம்மா. யோசித்துப் பார்த்தால், அதற்காகத்தான் எனக்கு இப்பிறவியோ என்று தோன்றுகிறது. அப்படிப் பார்த்தால் புகழ் உங்களுக்குத்தான் தாயே. எதற்கு இந்த வேதனையும், கண்ணீரும்? தங்கள் திருமுகத்தில் எப்போதும் போலச் சிரிப்பு தவழ வேண்டும் தாயே, அதுவே என் விருப்பமும்."

கைகேயி உணர்ச்சி மேலிட மகனை அணைத்து அவன் உச்சியில் கண்ணீர் பெருக முத்தமிட்டாள். ஆசீர்வதித்தாள்.

"நான் வரட்டுமா அம்மா"

"சென்று வா குழந்தாய்."

ராமன் வெளியில் வந்து தன் மாளிகை நோக்கி நடந்தான். நிசப்தமான தாழ்வாரத்தில் நிதானமாக நடந்தான். தூண்களில் பொருத்தப்பட்டிருந்த தீப்பந்தங்கள் தாழ்வாரத்தில் ஒளி சிந்திக் கொண்டிருந்தன.

தாழ்வாரம் கடந்து வாயிலுக்கு வந்தான்.

"ஸ்ரீராமா..."

ராமன் நின்று, அழைத்தது யார் என்று திரும்பிப் பார்த்தான்.

"யார்... மந்தரையா..." என்றான் லேசான வியப்போடு.

"என் பெயர் சொல்லாதே ராமா. இந்தக் கூனியின் பெயர் சொல்வது கூட பாபம்." மந்தரை தேம்பித் தேம்பி அழ ஆரம்பித்தாள். ராமன் அவள் கண்ணீரைத் துடைக்க, தன் கை கொண்டு சென்றான். மந்தரை சட்டென்று பின்வாங்கினாள்.

"வேண்டாம் ராமா. உன் விரல்கூட என்னைத் தீண்ட வேண்டாம். நான் பாவி. உன் சிற்றன்னையின் சிந்தையில் உன்பால் துவேஷத்தை விதைத்த சிறுமதி படைத்தவள்."

"அதற்காக உனக்கு நான் நன்றி சொல்ல வேண்டும் மந்தரா. வீண் கலக்கம் வேண்டாம். நான் உனக்கு ஏதேனும் தருவதற்கு விருப்பப்படுகிறேன், கேள்."

"எனக்கா... நான் உன்னிடம் கேட்க வேண்டுமா... என்னை சோதனை செய்கிறாயா ராமா."

"இல்லை, உண்மையாகத்தான் சொல்கிறேன்."

"அப்படியானால் கேட்கிறேன் ராமா. என்னுடைய இந்த கூன் சரியாக வேண்டும். இந்தக் கோணல் சரியானால் என் சிந்தையும் நேராகி விடுமோ என்னமோ. சரி செய்வாயா...?"

"நான் தெய்வமில்லை மந்தரா. எனக்கு எந்த சக்தியுமில்லை. என்னால் செய்ய முடிந்ததைக் கேள்."

"என் விருப்பம் அதுதான் ராமா. உன்னால்தான் இந்தக் கோணல் சரியாக வேண்டும். அதுவரை எத்தனை பிறவி எடுத்தாலும் இப்படி கூனாகவே பிறக்க வேண்டும். காத்திருப்பேன் நான்."

"நான் சாதாரண மானுடன் மந்தரா. ஒன்றும் இயலாதவன். உன் விருப்பம் இதுவாயின் என்றேனும் ஒருநாள் ஈடேற்றும் சக்தி எனக்குக் கிட்டட்டும்."

ராமன் அங்கிருந்து புறப்பட்டான்.

◈◈◈

திரேதா யுகம் முடிந்து துவாபர யுகம் பிறந்தது. ராமாவதாரம் முடிந்து ஸ்ரீமன் நாராயணன் தன் அடுத்த அவதாரத்தை எடுத்து தேவகியின் வயிற்றில் ஸ்ரீகிருஷ்ணனாகப் பிறந்து வளர்ந்து கம்சனின் அழைப்பின் பேரில் மதுராவில் அவனது மாளிகைக்கு வருகிறான். மாளிகையில் நுழையும் அவனுக்கு நறுமணம் மிக்க சந்தனக் குழம்பை பூசுவதற்கு வருகிறாள் பணிப்பெண் ஒருத்தி. அவள் முதுகு வளைந்து கூன் விழுந்திருந்தது. கிருஷ்ணன் அவளையே புன்னகையோடு பார்த்தான். அவளை அருகில் அழைத்துப் பேச ஆரம்பித்தான். அப்போது உடன் வந்த பலராமன் குறுக்கிட்டான்.

"வந்த வேலை மறந்து இந்த கூனிப்பெண்ணோடு என்ன பேச்சு கிருஷ்ணா? சீக்கிரம் வா, போவோம்." ஆனால் கிருஷ்ணன் அதைச் செவிமடுக்கவில்லை.

"அம்மா நீ ஏன் இப்படி கூன் போட்டு நடக்கிறாய்?"

"என் பிறவியே அப்படி. நான் என்ன செய்யட்டும்?"

"அப்படியா? எங்கே இன்னும் அருகில் வா."

அவள் கிருஷ்ணனுக்கு அருகில் வர, அவன் அவளது முதுகில் மெல்ல கை வைத்து, "நிமிர்ந்து நட, உன்னால் முடியும். எங்கே நட பார்க்கலாம்." என்று கூற, அவள் மெல்ல மெல்ல நிமிர்ந்தாள். அவளது கூன் மறைந்து முதுகு நேரானது. "தெய்வமே" என்று அவனை நோக்கி கை கூப்பினாள்.

கிருஷ்ணன் சிரித்தவாறு அவள் வைத்திருந்த தங்கக் கிண்ணத்திலிருந்து சிறிது சந்தனம் எடுத்து பூசிக்கொண்டான். "என் கடன் தீர்ந்தது அம்மா. போய் வா" என்றான்.

——

5 மழைக்குடை

மழை நிற்கவில்லை. ஊரையே மூழ்கடிக்கப் போவதுபோல், தொடர்ந்து மூன்றாம் நாளாய்க் கொட்டிக் கொண்டிருந்தது. யமுனையில் உடைப்பு ஏற்பட்டு விடக்கூடிய அபாயம் இருந்தது. கோகுலம் திணறியது. கொட்டிலில் பசுக்கள், குளிரும் மழையும் தாங்க முடியாமல், தீனமாய்க் குரல் கொடுத்தன.

"என்ன மழை இது? இப்படிக் கொட்டுகிறது!" அந்தக் கோபிகை தன் கணவனிடம் அலுத்துக் கொண்டாள். அவர்கள் வீடு மழையில் மிகுந்த சேதமடைந்து, பல இடங்களில் கூரை பொத்துக்கொண்டு உள்ளே மழைநீர் சொட்டியது. சொட்டிய இடங்களில் பெரிய பெரிய பாத்திரங்களை வைத்திருந்தாள் அவள்.

"இது இப்படி நிற்காமல் கொட்டினால், கோகுலம் முழுகிவிடும்! நமக்கு மரணம் நெருங்கிவிட்டது. ஜலசமாதியாகப் போகிறோம்!" அவள் குரலில் பயம் தெரிந்தது.

"எத்தனை அவநம்பிக்கை உனக்கு? கோகுலம் என்ன, சாதாரண இடமா மூழ்கிப்போக? கிருஷ்ணன் இருக்கும் இடம் இது! மூழ்கிப் போக விட்டுவிடுவானா கண்ணன்?"

"ஆமாம். அந்தப் பெருமைக்குரியவன், இதுவரை என்ன செய்து விட்டான் இந்த மழையை நிறுத்த? வேடிக்கைதானே பார்த்துக் கொண்டிருக்கிறான்? நம் கவலை அவனுக்கெங்கே தெரியப் போகிறது? கொட்டிலில் பசுக்கள் மழையில் நனைந்தே உயிரை விட்டுவிடும்போல் உள்ளன. இவற்றின் தீனமான குரல் அவனுக்குக் கேட்கவில்லையா என்ன? இவற்றின் பாலையும், தயிரையும், வெண்ணையையும் எவ்வளவு உண்டிருக்கிறான்!"

"போதும், போதும் ரொம்பவும் சலித்துக்கொள்ளாதே. இப்போது மட்டும் அவன் இங்கே வந்தால், கட்டியணைத்துக்கொண்டு கொஞ்சுவாய்!"

"அப்படித்தான்! அன்பிருக்கும் இடத்தில் உரிமை வரும். உரிமை உள்ள இடத்தில் கோபம் வரும். இது இயற்கைதானே? ஆனால் இந்த மழை எப்போதுதான் நிற்கும்?"

"மழைக்கு ஏன் பயப்படுகிறாய்? மழை பெய்தல் இயற்கைதானே?"

"இல்லையில்லை. இது இயற்கை மாதிரி தெரியவில்லை. நான் அப்போதே நினைத்தேன்!"

"என்ன நினைத்தாய்?"

"நந்தகோபர் யாகம் செய்தாரே? வழக்கமாய் இந்திரனைத் துதித்து நடக்கும் யாகத்தை, இந்த பொடியன் தடுத்து நிறுத்தி, பெரிய மனிதன்போல் ஏதோ சொல்ல, சிறுவன் பேச்சைக் கேட்டு நந்தகோபரும் ஆடினாரே? அப்போதே நினைத்தேன் அசம்பாவிதம் நடக்கும் என்று!"

"பர்வதராஜனுக்கு யாகம் நடத்தியதையா கூறுகிறாய்?"

"வேறென்ன? வழக்கத்தை மாற்றினால் யாருக்குத்தான் கோபம் வராது? தவிர, தேவேந்திரனை அவமானப்படுத்துவதுபோல் ஆகாதா? இந்திரனின் கோபம்தான் இந்த மழை! கண்ணன்தான் சிறுவன், அறியாமல் ஏதோ சொல்லுகிறான் என்றால், பெரியவர்களுக்கு யோசனை வேண்டாமா?"

"அப்படியானால் கண்ணனின் அறியாமையால்தான் இந்த மழை என்கிறாயா?"

"நிச்சயமாக!"

"உனக்கு ஒன்று சொல்கிறேன். அறிந்தோ, அறியாமலோகூட, கோகுலத்து மக்களுக்கு துன்பம் நேரவிடமாட்டான் கண்ணன்! அவனால்தான் இந்த மழை என்றால், அவனே இதை நிறுத்துவான்!

எத்தனை அசுரர்களை அனாயாசமாகக் கொன்றிருக்கிறான்! விஷக்காளிங்கனைக் கொன்று நர்த்தனமாடியவன் அவன்! நம்பிக்கை தேவை நமக்கு! கண்ணன் மீது பாரத்தைப் போட்டுவிட்டு, சற்று அமைதியாக இருக்கப் பார்." அவன் அவளை அடக்கினான்.

மழை தொடர்ந்து பெய்தது.

◈◈◈

நந்தகோபரின் மாளிகை. நந்தகோபர் குறுக்கும் நெடுக்கும் நடந்து கொண்டிருந்தார். அவர் முகத்தில் ஏராளமான கவலை. யசோதையின் முகத்திலும் கவலை.

"தவறு செய்து விட்டேனோ என்று தோன்றுகிறது யசோதா!" நந்தகோபர் கவலையோடு கூறினார்.

"ஏன் இவ்வளவு கவலை?"

"இந்திரனின் கோபம் மழையாய்க் கொட்டுகிறது யசோதா! என் பொருட்டு கோகுலத்து மக்கள் துன்பப்படுகிறார்கள்! கண்ணன் ஏதோ சொன்னாலும், நான் கொஞ்சம் யோசித்திருக்கலாமோ என்று இப்போது தோன்றுகிறது!"

"அப்பா..."

யசோதையும், நந்தகோபரும் குரல் வந்த திசையில் பார்த்தால், கண்ணன் நின்றிருந்தான்.

"வருத்தமா அப்பா? மழையை நினைத்துத்தானே?"

"வருத்தமில்லை கண்ணா! கோகுலத்து மக்கள் துன்பப்படுகிறார்களே என்ற கவலைதான்..."

"முடிவு செய்துவிட்டேன் அப்பா. வாருங்கள், போவோம்!"

"எங்கே, கண்ணா?"

"சொல்கிறேன், வாருங்கள். அனைவரையும் அழைத்து வாருங்கள். கோகுலத்து மக்கள் என் பின்னே வரட்டும்!" கண்ணன் வேகமாக நடந்தான். மேகவர்ண மேனி மழையில்

நனைய நடந்தான். அவன் பின்னால், கோகுலத்து மக்கள் முழுவதும் சென்றார்கள். ஆடுமாடுகளும் சென்றன. அத்தனை முகங்களிலும் நம்பிக்கை தெரிந்தது. மரணபயம் நீங்கியிருந்தது. கண்ணன் வழிநடத்திச் செல்கிறான் என்ற நிம்மதி தெரிந்தது.

கண்ணன் அந்த மலையடிவாரத்தை நெருங்கினதும் நின்றான். நாராயணனைத் துதித்தான்! மெல்ல மெல்ல மலையை அசைத்துப் பெயர்த்தான்! மலை மேலே எழும்ப உள்ளே நுழைந்து, மத்தியில் நகர்ந்து, சுண்டுவிரலால் தாங்கி உயர்த்தினான். பிறகு அனைவரையும் பார்த்துக் குரல் கொடுத்தான்.

"வாருங்கள்! அனைவரும் உள்ளே வாருங்கள். ஆடு மாடுகளையும் அழைத்து வாருங்கள். மழை நிற்கும்வரை பயமின்றி இங்கே இருங்கள். ஒன்றாய் உண்ணுங்கள். ஒன்றாய் உறங்குங்கள். பேசி மகிழுங்கள். இதுபோல், இனி எந்த யுகத்தில் சேர்ந்திருக்கப் போகிறோமோ? எனவே, இதோ இந்தத் தருணத்தை இனிமையாகக் கழியுங்கள்... மழையை மறந்து மகிழ்ச்சியாக இருங்கள்!"

கண்ணன் அழைக்க, கோகுலம் குதித்து கும்மாளமிட்டபடி, உயர்த்தின மலையின் கீழ் ஓடியது! 'அம்மாடா...! எவ்வளவு பெரிய மலை! எப்படி உயர்த்தினான் இந்த கண்ணன்!' என்று பிரமித்து வாய் பிளந்தது.

கொஞ்சம்பேர் மட்டும் உள்ளே வராமல் மழையிலேயே நின்றிருந்தார்கள்.

"இன்னும் ஏன் நனைகிறீர்கள்? சீக்கிரம் ஓடி வாருங்கள்!" ஒருவன் அழைத்தான் அவர்களைப் பார்த்து. அவர்கள் தயங்கினார்கள்.

"இல்லை... நாங்கள் வருவதாயில்லை!"

"ஏன்... ஏன்?"

"ஏனென்றால், எங்களுக்கு சந்தேகமாயிருக்கிறது!"

"என்ன சந்தேகம்?"

“சந்தேகமில்லை பயம்! உங்களையும் எச்சரிக்கிறோம்! எத்தனை பெரிய மலை இது! சுண்டுவிரலால் உயர்த்தியிருக்கிறான் கண்ணன்! எத்தனை நாழிகை தாங்கமுடியும் அவனால்? விரல்நுனியில் சற்று ஆட்டம் கண்டாலும், சாய்ந்துவிடும்! அத்தனைபேரும் நசுங்கி இறந்து விடுவீர்கள்! பாலகன் அவன்! ஏதோ விளையாடுகிறான், வித்தை காட்டுகிறான்! நீண்டநேரம் இந்த மலையைத் தாங்க அவனால் முடியாது! கைவலிக்கும்; தோள்பட்டை இற்றுப்போகும். பிடிமானம் விட்டுவிடுவான்! அதன் பின்னர் நீங்கள் பரம்பரையற்றுப் போய் விடுவீர்கள்! எனவே எச்சரிக்கிறோம்; வந்துவிடுங்கள்! அந்த மலைக்குடையை விட இந்த மழை மேல்...”

“அவர்களுக்குப் புத்தி கெட்டுவிட்டது!” யாரோ ஒரு கோபிகை முணுமுணுத்தாள்.

“பயப்படுகிறவர்கள் வெளியில் போகலாம்; தடையேதும் இல்லை!” கிருஷ்ணன் புன்னகையோடு சொன்னான்.

“பயமா...? நீ இருக்கும்போதா? ஆனால் கவலைப்படுகிறோம் கண்ணா! அவர்கள் கூறுவதுபோல், நீயோ பாலகன்! உனக்கு கை வலிக்கவில்லையா? அல்லது, எங்களுக்காக வலியைத் தாங்கிக் கொண்டிருக்கிறாயா? எத்தனை நாழிகை சுமக்கப் போகிறாய் இந்தப் பெருமலையை? உன்னால் முடியுமா? உன் சின்ன விரல் ஒடிந்துவிடப் போகிறது கிருஷ்ணா!”

கண்ணன் சிரித்தான். “நாழிகை இல்லை... அதற்கு மேலும் முடியும்; மாதக்கணக்கில், வருடக்கணக்கில், மழை நிற்க யுகம் ஆகுமெனில், யுகங்கள் கூட ஏந்தி நிற்பேன்... கவலை வேண்டாம்!”

“அது சரி; இந்தப் பெருமழை எதனால் கண்ணா?”

“இந்திரனின் கோபத்தால்!”

“என்ன கோபம்?”

“யாகம் அவனைக் குறித்து நடத்தவில்லை அல்லவா...? அதனால்!”

"மலையை உயர்த்த முடிந்த உன்னால் மழையை நிறுத்த முடியாதா?"

"மழையை நிறுத்துவது பாவம், கோபாலரே! என் குறிக்கோள் மழையை நிறுத்துவதல்ல; இந்திரனின் ஆணவத்தை அடக்குவதே! மலையை உயர்த்தியிருப்பதும் அதற்காகவே!"

"எல்லாம் சரிதான் கண்ணா. அதோ மழையில் நனையும் அவர்களை நல்ல வார்த்தை சொல்லி அழைக்கக் கூடாதா?"

"நம்பினார் கெடுவதில்லை. நம்பிக்கையற்றவர்கள் அல்லல்பட்டுத்தானே தீரவேண்டும்!"

"அப்படிச் சொல்லாதே கண்ணா! பாவமாக இருக்கிறது. நம்பினாலும் நம்பாவிடினும், அவர்களையும் காக்க வேண்டியது உன் கடமையல்லவா?"

"என்ன செய்யலாம் அதற்கு?"

"அவர்களுக்கு வேறு குடைகள் ஏற்படுத்திக் கொடுக்கலாமே?"

கண்ணன் சிரித்தான். "அப்படியே ஆகட்டும்!" என்றான்.

மழையில் நனைந்து கொண்டிருந்தவர்களுக்கு அருகில் பூமியிலிருந்து சிறிதும் பெரிதுமாக குடைகள் முளைத்தன. உருண்டையான தண்டும், கிண்ணம் கவிழ்த்தாற் போன்ற மேற்புறமுமாக குடை வடிவில் இருந்தன. ஆனால் அவர்கள் திடீரென்று முளைத்த அவற்றைக் கண்டு மிரண்டார்கள். ஓடினார்கள். இன்னும் சற்று தூரம் விலகி நின்று மழையில் நனைந்தார்கள்.

குடை கொடுக்கச் சொன்னவனைக் கண்ணன் புன்னகையோடு பார்த்தான்.

அவன் திகைத்தான். தலைகுனிந்தான்.

"உண்மைதான் கண்ணா! அவர்களுக்கு எதன் மீதும் நம்பிக்கையில்லை!" என்று முணுமுணுத்தான்.

இவர்கள் பார்க்கும்போதே, அவர்கள் ஒவ்வொருவராகச் சுருண்டு விழுந்து மாண்டு போனார்கள்.

“நம்பிக்கையற்றவர்களுக்கு இதுதான் முடிவா?”

“இங்கே வந்திருந்தால் எவ்வளவு சௌக்கியமாக இருந்திருக்கலாம்!” கோகுலம் பெருமூச்சு விட்டது.

◈◈◈

ஒரு வழியாய் மழை நின்றது.

இந்திரனின் ஆணவம் அடங்கியது.

மக்கள் கோகுலம் திரும்பினார்கள்.

கோவர்த்தன மலையை அதன் இருப்பிடத்திலேயே வைத்தான் கிருஷ்ணன்.

எதிரே, அந்த மழைக்குடைகள் கண்ணனிடம் பரிதாபமாகக் கேட்டன.

“நல்ல நோக்கத்தோடு எங்களைப் படைத்தாய் கண்ணா! ஆனால் மனிதர்கள் எங்களை நம்பவில்லை. இனி எங்கள் கதி?”

“வருத்தம் வேண்டாம். உயோகமில்லாமல் எந்த படைப்பும் இல்லை! இந்தச் சம்பவத்தின் சாட்சிகளாக என்றும் இருப்பீர்கள் நீங்கள்! மழைக்காலம்தோறும் ஈரம்படும் இடத்தில் தோன்றுவீர்கள். ஒதுங்க மறுத்தவர்களுக்கு உணவாவீர்கள். மருந்தாவீர்கள்! பிறவிப்பயன் அடைவீர்கள்! மழைக்காளான்கள் என்று அழைக்கப்படுவீர்கள்!”

கிருஷ்ணன் அவற்றிற்குத் தன் ஆசிகளைக் கூறிவிட்டு, கோகுலம் நோக்கி நடக்க ஆரம்பித்தான்!

———

6

சம்பவாமி யுகே யுகே...

இன்று போய் நாளை வா!

"ஈஸ்வரா! இதைவிட அந்த மானுடன் என்னைக் கொன்றிருக்கலாம் மண்டோதரி! கேவலம் ஒரு நரன்! வெட்கங்கெட்டு திரும்பி வந்திருக்கிறேன். இத்தகைய அவமானத்திற்குப் பிறகும் என் உடலில் உயிர் இருக்கத்தான் வேண்டுமா சொல்!"

மண்டோதரி மனசில் வேதனையும், கண்களில் கண்ணீரும் பொங்க புருஷனைப் பார்த்தாள்.

கிட்டத்தட்ட நூறாவது முறையாக இதையே சொல்லிப் புலம்புகிறான் தசமுகன்.

சிங்கம் சோர்ந்து திரும்பிவிட்டதே என்று வேதனைப்படுவதா, உயிரோடு விட்டு மாங்கல்யம் காத்தானே நாளை மீண்டும் வா என்று என மகிழ்வதா? அப்படி மகிழ்ந்துவிட முடியாது, நாளை மீண்டும் வா என்று சொல்லியிருக்கிறான். கழுத்தில் தொங்கும் மங்கலச் சின்னம், அந்த வார்த்தையில்தான் ஊசலாடுகிறதே!

"அனைத்தும் நம்மை மீறிவிட்டது ஸ்வாமி! இப்பொழுது தங்களுக்குத் தேவை அமைதி, வீணையிசைத்துப் பாடுகிறேன். கேட்டுக்கொண்டே சற்று கண் அயருகிறீர்களா?"

"இல்லையில்லை மண்டோதரி! எனக்கு அமைதி கிட்டாது. வீணையின் நரம்புகள் கூட, இன்று போய் நாளை வா என்றுதான் நகைக்கும். எனக்கு என்ன ஆயிற்று தேவி? தேவர்களாலும், அசுரர்களாலும் மரணம் வேண்டாம் என்று வரம் பெற்றது தவறோ? அதனால்தான் அற்ப மானிடனையும், வானரங்களையும்

பகையாக்கி என் முடிவை நிச்சயிக்கிறானா அந்த ஈசன்? எனக்கு ஒன்றும் புரியவில்லையே தேவி!"

"அனைத்திற்கும் காரணம் ஊழ்வினையாகத்தான் இருக்கவேண்டும் பிரபோ! அதிலிருந்து யாரால்தான் தப்பித்துவிட முடியும்? குழப்பத்தை கைவிட்டு அமைதியாக சற்று உறங்குங்கள். நடப்பவை நடந்தே தீரும்," மண்டோதரி அங்கிருந்து மெல்ல அகன்றாள். பஞ்சணையில் படுத்த தசமுகனுக்கு அவ்வளவு எளிதில் உறக்கம் வந்துவிடவில்லை. 'ஊழ்வினை... இது நிஜமா... எனக்கும் இது உண்டா? என் ஊழ்வினைதான் என்ன? என் கம்பீரம் எங்கே போயிற்று? பத்துத் தலைகளும் குனிந்து நிலம் நோக்க நிராயுதபாணியாய் என்னை ஆக்கிவிட்ட என் ஊழ்வினைதான் என்ன? சிறந்த சிவபக்தனல்லவா நான்! இன்றுவரை நான் செய்து வந்த சிவபூஜைக்கு அர்த்தம்தான் என்ன? இன்னிசையால் ஈஸ்வரனையே வளைத்துப்போட்ட நானா இன்று நிலைகுலைந்து போய் ஒரு மானிடன் கையால் மரணத்தை எதிர்நோக்கி நிற்கிறேன்!'

ராவணன் கண்ணீர் மல்க தனது பூஜையறைக்குள் நுழைந்து சம்மணமிட்டு கண்மூடி சிவதியானத்தில் மனதை ஒருமுகப்படுத்த முயன்றான். 'ஈஸ்வரா! எனக்கு அமைதியைக் கொடு. என் குழப்பத்தை தீர்த்து வை!'

◈◈◈

"**இ**ன்று போய் நாளை வா! இப்படிச் சொல்லி அந்த அரக்கனை அனுப்பியிருக்கக் கூடாது அண்ணா. இன்றே அவன் கதையை நீங்கள் முடித்திருக்க வேண்டும். எதற்கு அவனுக்கு உயிர்ப் பிச்சை அளித்தீர்கள்?"

லக்ஷ்மணன் இப்படிக் கேட்டதும், ஸ்ரீராமன் மெல்லச் சிரித்தான். "காரணம் உண்டு லக்ஷ்மணா. இன்றே கொன்றிருந்தால் அவன் கதை முடிந்திருக்கும் உண்மைதான். எந்தவித இன்னலும் இல்லாத மரணம் கிட்டியிருக்கும் லங்கேஸ்வரனுக்கு. ஆனால்,

நான் சொன்ன இந்த வார்த்தைகள் அவனைச் சிறிது சிறிதாய் சிதறடிக்கும் வல்லமை பெற்றவை. மரணத்திற்குமுன் அவன் தன்னை உணர்ந்து வருந்த சற்று அவகாசம் அளித்தேன். நீ என்ன சொல்கிறாய் ஆஞ்சனேயா. நான் செய்தது சரியா, தவறா?"

"ஐயன் செய்வதிலும் தவறு இருக்கக்கூடுமா என்ன? தங்கள் கையால் அவனுக்கு மரணம் நிச்சயம் என்று உணர்த்துவதற்காகத்தானே இன்று உயிர்ப் பிச்சையளித்து நாளை வா என்று சொல்லியனுப்பினீர்கள். அவன் ஊழ்வினை அவனை சும்மா விட்டுவிடுமா என்ன?"

"அவன் ஊழ்வினை யாதென்று உனக்கு தெரியுமா ஆஞ்சனேயா?" ஆவல் மின்னக் கேட்டான் லக்ஷ்மணன்.

"சிறிது நாட்களுக்கு முன்தான் அதைப்பற்றி அறிந்துகொண்டேன் இளவலே! தசமுகனை வீழ்த்தி சீதா பிராட்டியை மீட்பதற்கு தங்களுக்கு உதவ ஆரம்பித்ததுமே நான் நிறைய யோசிக்க ஆரம்பித்தேன். நாம் யார்? எங்கெங்கோ இருந்த நாம் எதனால் சந்திக்க நேர்ந்தது? அதிலும் லங்கேசனை அழிக்க நாம் ஒன்று சேர்ந்தது எதனால்? மனைவியைக் கவர்ந்து சென்றவனை அழிக்கத் தாங்கள் புறப்பட்டதற்கு காரணம் இருக்கிறது. ஆனால் எனக்கும், ராவணனுக்கும் என்ன பகை? எதனால் உங்களுக்கு ஒத்துழைக்க முன்வந்தேன்? இப்படி ஆயிரம் கேள்விகள் எனக்குள். இதையெல்லாம் அறிந்துகொள்ள கடும் தியானத்தில் ஆழ்ந்த எனக்குள் இறைவனின் அருளால் ஞானம் ஏற்பட்டது. என் முன்ஜென்மம் பற்றி அறிந்துகொண்டேன். அது மட்டுமல்ல; ராவணனுக்கும், எங்களுக்கும் உள்ள தொடர்பு பற்றியும் அறிந்துகொண்டேன்."

"விளக்கமாக சொல்வாய் அப்பனே."

ஶ்ரீராமன் புன்னகையோடு கேட்டான்.

"தன் பூர்வ ஜென்மத்தில் லங்கேஸ்வரன் புலத்திய முனிவனாய் பிறந்திருந்தான். சிறந்த சிவபக்தன். ஆனால், சிவனை பூஜிக்கும் உரிமை தனக்கு மட்டுமே உண்டு என்பதுபோலும்,

தான் செய்வதுதான் சிறந்த சிவபூஜை என்றும் மமதை கொண்டிருந்தான். சிவராத்திரியன்று தன் பூஜையின் இடையில் கோயிற்கதவைத் திறந்துகொண்டு உள்ளே வந்து சப்தப்படுத்திய நான்கு வானரங்களை அழிந்து போகட்டும் என்று சபித்தான். வானரங்கள் அவனிடம் கோபமாக, 'நாங்களும் சிவபூஜை செய்யத்தானே வந்தோம், நல்ல நோக்கத்தோடு வந்த எங்களை உன் அகந்தையினால் சபித்துவிட்டாய். இந்த பாவம் உன்னைத் தொடர்வது நிச்சயம். உனக்கும் மரணமுண்டு. உன் மறுபிறவியில் நீ யாராய்ப் பிறந்தாலும் உன் ஊரும், உற்றாரும் வானரங்களால்தான் அழியப்போகிறது. இது நாங்கள் உனக்கிடும் சாபம்' என்றன. அந்த நான்கு வானரங்கள்தான், இப்பிறவியில் வாலி, சுக்ரீவன், அங்கதன், அனுமன் என்கிற நான்கு வானரர்களாக அவதரித்துள்ளோம். இராவணனுக்கு வாலி என்றால் சிம்ம சொப்பணம் என்பது உலகறிந்த விஷயம். முன்ஜென்ம சாபப்படிதான் எல்லாம் நடக்கிறது என்பது விளங்குகிறதா இளவலே?"

ராகவன் புன்னகைத்தான்.

லக்ஷ்மணன் யோசனையில் ஆழ்ந்தான்.

"தம்பி, என்ன யோசனை செய்கிறாய்?"

"அனைத்திற்கும் ஊழ்வினைதான் காரணம் என்றால், நாம் கானகம் வந்ததற்கும், தாங்கள் அண்ணியாரைப் பிரிந்ததற்கும் என்ன காரணமென்று யோசிக்கிறேன் அண்ணா."

"பிரிவதற்காகவே கானகம் வந்துள்ளேன் லக்ஷ்மணா"

"புரியவில்லை அண்ணா."

"சாபம் உங்களுக்கும், ராவணனுக்கும் மட்டும் இல்லை ஆஞ்சனேயா! நானும் சபிக்கப்பட்டவன்தான்."

"அண்ணா... இதென்ன... தங்களை சபித்த அந்த பாபி யாரென்று சொல்லுங்கள். இப்போதே அவன் தலையைக் கொய்து..."

"அவசரப்படாதே லக்ஷ்மணா! இது முன்ஜென்ம சாபம். இந்திரனின் கர்வத்தை அடக்க சிவன் சமுத்திரத்தில்

தன் நெற்றிக்கண் திறந்து ஜாலந்திரன் என்ற அசுரனை உருவாக்கினான். ஜாலந்திரனின் மனைவி பிருந்தையோ சிறந்த கற்புக்கரசி. கடலில் உதித்ததால் திருமகளுக்கு சகோதரனாகி விட்டான் ஜாலந்திரன். அவனை நான் கொல்லக்கூடாது என்பது திருமகளின் வேண்டுகோள். ஜாலந்திரனை அழிக்க சிவபெருமானே மும்மூர்த்திகளின் சக்தியும் அடங்கிய ஆயுதத்தை உண்டாக்கினார். அதையறிந்து சிவனையே அழிக்க ஜாலந்திரன் கைலாயம் சென்றுவிட்டான். ஆனால் சென்றவன் பார்வதி தேவியின் அழகில் மயங்கி தேவியையே அபகரிக்கத் திட்டம் போட்டு சிவனின் ரூபத்தையே எடுத்து பார்வதியை நெருங்க, நந்தியும், பார்வதியும் சாட்சாத் சிவனே என்று சிவபூஜையில் ஈடுபட்டு விட்டார்கள். அச்சமயம் விஷ்ணுவை துதித்த பிருந்தையின் பக்தியில் சிலிர்த்துப்போய் அவளை எச்சரிக்கை செய்ய ஜாலந்திரனின் ரூபம் கொண்டு சென்ற என்னை தன் கற்புநெறியால் அடையாளம் கண்டுகொண்ட அவள் என் நோக்கம் புரியாமல், என் புருஷன் ரூபத்தில் வந்து என்னை ஏமாற்றிய தாங்கள் விஷ்ணுவாகவே இருந்தாலும் சரி, ஒருநாள் உங்கள் மனைவியைப் பிரிந்து அவளைத் தேடி அலையப் போகிறீர்கள்!" என்று சபித்து விட்டாள்.

"அன்று நான் பெற்ற சாபம்தான் லக்ஷ்மணா, இன்று சீதையை என்னிடமிருந்து பிரித்துவிட்டது. ஆக, ஊழ்வினையால் சபிக்கப்பட்ட அனைவருமே இன்று ஒருவருக்கொருவர் சந்திக்கிறோம். பாவம் லங்கேஸ்வரன்! அவன் மரணம் நெருங்கிவிட்டது. அவன் காமத்தால் மட்டும் சீதை என்னைவிட்டுப் பிரியவில்லை என்பது புரிந்ததா லக்ஷ்மணா? என் ஊழ்வினைப் பயனை நானும் அனுபவித்துத்தானே ஆகவேண்டும்? எனவேதான் அவனைக் கொல்லாமல் விட்டேன். மேலும் நிராயுதபாணியைக் கொல்வதும் தர்மம் அல்லவே!"

லக்ஷ்மணன் தமையனை பிரமிப்புடன் பார்த்தான்.

"மண்டோதரி, எனக்கு விடை கொடு" ராவணன் போருக்குத் தயாராய் வந்து நின்றான்.

"ஸ்வாமி! இன்றென்ன உங்கள் முகத்தில் இத்தனை தெளிவு?"

"ஆம் தெளிந்தேன். பிறக்கும் எவனுக்கும் மரணம் நிச்சயமென உணர்ந்தேன். கோழையாய்ச் சரணடைந்து வாழ்வதைவிட, போரிட்டு சாவது மேல் என்ற முடிவுக்கு வந்துவிட்டேன். என் விசுவாசிகள் அத்தனைபேரையும் என் மோகத்தீக்கு பலி கொடுத்துவிட்டேன். ஒன்று மட்டும் நிச்சயம் தேவி! இந்த மோகத்தீ என்னால் எனக்குள் ஏற்பட்டதல்ல. இதற்கெல்லாம் காரணம் நமக்கும் மேலே உள்ள பரம்பொருளே. தன் அவதார நோக்கம் வெற்றியடைய சிலரைப் பாவிகளாக படைப்பது அவன் வழக்கம் போலும், ஒருக்கால் நானும் அப்படி படைக்கப்பட்டவனோ என்னமோ? எது எப்படியிருந்தாலும் வெற்றி அல்லது வீரமரணம்! வாழ்த்தி விடை கொடு தேவி."

கண்ணீரோடு வீரத் திலகத்தையிட்டு மண்டோதரி வழியனுப்ப உயிர் பெற்ற சிங்கம்போல் கர்ஜனையோடு புறப்பட்டான் தசமுகன்.

◈◈◈

"அண்ணலே! இனியும் தாமதம் வேண்டாம். பிரம்மாஸ்திரத்தை பிரயோகித்து லங்கேஸ்வரனின் கதையை முடித்து விடுங்கள்."

தன் ரத சாரதி சொன்னதும், ராமன் பிரம்மாஸ்திரத்தை நாணேற்றி மந்திர உச்சாடனம் செய்ய ஆரம்பித்தான்.

பிரம்மாஸ்திரம் பெரும் ஜ்வாலையோடு புறப்பட்டுச் சென்று ராவணன் மார்பைத் துளைக்க, ராவணன் தேரிலிருந்து கீழே விழுந்தான்.

கீழே விழுந்தவனை நோக்கி ராகவன் சென்றான்.

அருகில் வந்தவனை உக்கிரமாகப் பார்த்தான் லங்கேசன்.

"ஓஹோ! என் மரணம் காண வந்தாயா மானிடனே? ஈரேழு லோகங்களையும் நடுநடுங்கச் செய்த லங்கேஸ்வரனையே

வீழ்த்திவிட்டோம் என்ற இறுமாப்போ? வீண் அகந்தை வேண்டாம் ராமா, இப்பிறவி எனக்கு முடிகிறது அவ்வளவே. மீண்டும் நான் பிறப்பேன். உனக்கு எதிரியாகவே பிறப்பேன். அன்று என் மோகத்தீ இன்னும் வெறியோடு வெளிப்படத்தான் போகிறது.”

ராமன் முறுவலித்தான்.

“இதுவே உன் விருப்பமாயின் அப்படியே நடக்கட்டும் ராவணா! உன் பிறவி தொடருமானால், என் அவதாரமும் தொடரும். உன் மோகத்தீயை அடக்குவதே என் முதல் நோக்கமாயிருக்கும். மரணத்தறுவாயில் ராமா என்று அழைத்துவிட்ட நீ வீர சொர்க்கமடைய வாழ்த்துகிறேன். மீண்டும் நாம் சந்திப்போம்.”

“இன்று போய் நாளை வா?”

◈◈◈

திரேதாயுகம் முடிகிறது. துவாபரயுகத்தில் துரியோதனனாய் அவதரித்து பாஞ்சாலியை நடுச்சபையில் மானபங்கம் செய்தான் தசமுகன். கண்ணனின் அருளால் திரௌபதியின் மானம் காக்கப்பட்டது. குருக்ஷேத்திர யுத்தத்தில் பீமனால் வீழ்த்தப்பட்டான் துரியோதனன். அதற்குக் காரணம் கண்ணனே.

மரணத்தறுவாயில் மறுபடியும் சூளுரைக்கிறான் அதர்மன். “மகிழ்ச்சியடைந்து விடாதே கண்ணா! நான் மீண்டும் பிறப்பேன். என் மறுபிறவியில் என்னிடம் நிச்சயம் நீ தோல்வியடையத்தான் போகிறாய். ஓர் உருவாய்ப் பிறந்ததால்தானே எளிதில் என்னை அழித்தாய்? இனி எனக்கு ஓர் உருவமில்லை. பல கோடி உருவங்களை எடுப்பேன். பல ரூபத்தில் வெளிப்படப்போகும் என் மோகத்தீயின் ஜுவாலை உன்னால் அணைக்க முடியாததாக இருக்கும் பார்.”

கண்ணன் சிரித்தான்.

“அதர்மத்தின் ஆயுள் மிகவும் சிறியது துரியோதனா! இன்று போய் நாளை வா!”

கலியுகம் பிறந்தது. ஆயிரமாயிரம் துரியோதனர்கள் இன்று அவதரித்திருப்பது நிஜம். பெண்களின் மானம் அவர்களின் மோகத் தீயில் கருகிக் கொண்டிப்பதும் நிஜம். பட்டப்பகலில் இளம்பெண் கற்பழிப்பு, வேலியே பயிரை மேய்ந்த கதையாய் காவலர்களே காவல் நிலையத்தில் ஒரு பெண்ணை கற்பழித்த கொடூரம், எட்டுவயதுச் சிறுமியைக் கற்பழித்த நாற்பது வயது மனிதர்! தினம் இதுபோல் பலப்பல செய்திகள், ஆனால் ‘சம்பவாமி யுகே யுகே’ என்று சொன்னவன் எங்கே? பாற்கடலில் இன்னும் அவன் உறக்கம் கலையவில்லையோ? கல்கி அவதாரம் எப்போது? கதைக்கு முடிவென்று?

——

7

ஆத்மாவைத் தேடி...

அம்பாள் சந்நிதியில் கூட்டம் அதிகம் இல்லை. நாலைந்து பேர் மட்டுமே கற்பூர ஆரத்திக்காக நின்றுகொண்டிருந்தனர். கணீரென்ற குரலில் அபிராமி அந்தாதியைப் பாடிக்கொண்டிருந்தார் ராகவன்.

பளீரென்ற சிரிப்புடன் உள்ளே வந்துகொண்டிருந்தாள் ஜனனி. பட்டுப்புடவை, கழுத்தில் சிவப்புக்கல் அட்டிகை, வயிறுவரை நீண்டு தொங்கிய காசுமாலை. காதில் வைரத்தோடு, கல் வைத்த ஜிமிக்கியும், மாட்டலும் மூக்கில் ஒளிவீசிய ஒற்றை வைரக்கல், நெற்றியில் பளிச்சிட்ட ரத்தச் சிவப்பு சாந்துப்பொட்டு, மெல்லிய அதரங்களில் தவழ்ந்த புன்னகை... தந்தத்தில் கடைந்தெடுத்த மேனி!

ஆரத்தித் தட்டோடு குருக்கள் வெளியில் வர, புத்தம்புதுப் பத்து ரூபாய்த் தாளொன்றைத் தட்டில் பவ்யமாய் வைத்துவிட்டுக் கற்பூரம் தொட்டுக் கண்ணில் ஒற்றிக்கொண்டாள். சலவைத்தாள் கண்டதும் குருக்களின் முகம் பளிச்சிட்டது. "கொஞ்சம் இரும்மா" என்று கூறி உள்ளே சென்றவர் கொஞ்சம் பூவோடு திரும்பி வந்து அவளிடம் பூவை நீட்டினார்.

பூவை வாங்கிக் கண்களில் ஒற்றி, தலையில் வைத்துக்கொண்டு, கலீர் கலீர் எனச் சதங்கைகள் நாதமிட நடக்கத் தொடங்கினாள்.

"உம் பாத்தியா? காசை எடுத்து விசிறினாக்க தாசிக்குக்கூட என்ன மரியாதை! நமக்கெல்லாம் வெறும் குங்குமம்! இவளுக்கு மட்டும் பூ குடுக்கறார் குருக்கள். அவளுக்கென்ன பூவுக்கா பஞ்சம், அதான் தினம் ஒருத்தன் வாங்கித் தரானே!"

குசுகுசுவென்று பொறாமை பொங்கப் பேசிக்கொண்டே வெளியேறினர் அந்தப் பெண்கள்.

ஜனனி பிரகாரத்தைச் சுற்றிவிட்டு காசுமாலை நிலத்தில் புரள விழுந்து நமஸ்கரித்தபோது சந்நிதி காலியாகி இருந்தது.

வெளிப்பிரகார ஊஞ்சல் மண்டபத்தில் ராகவனின் பகவத்கீதை சொற்பொழிவு கணீரென்று கேட்டுக் கொண்டிருந்தது.

அடுத்த ஒருமணி நேரம் ஸ்லோகங்களும், அதன் பொருளும், கீதை சொல்லும் தத்துவங்களும், சின்னச் சின்னக் கதைகளோடு பிரவாகமாய் அவர் வாயிலிருந்து கொட்டியது. நாலைந்து நாட்களாகவே சொற்பொழிவு நடைபெற்றாலும் அதைக் கேட்கும் வாய்ப்பு இன்றுதான் அவளுக்குக் கிடைத்தது. சின்ன வயதிலிருந்தே அவளின் இஷ்ட தெய்வம் கிருஷ்ணன்தான். அவனின் மாய லீலைகளையும், குறும்பு விளையாட்டுக்களையும் பாட்டி கதை கதையாய்ச் சொல்லிச் சொல்லி அவனின் பக்தையாகவே வளர்ந்து விட்டாள். அர்ஜுனன் போரிடத் தயங்கினபோது கிருஷ்ணன் உபதேசித்து அவனைப் போரிட வைத்தான் என்றுதான் பாட்டி சொல்லியிருக்கிறாளே தவிர, கீதையைப் பற்றி விரிவாகச் சொன்னதில்லை. முதன்முதலாய்க் கீதையைக் கேட்கிறாள். அதில் இவ்வளவு தத்துவங்கள் அடங்கியிருக்கிறதா? இப்போது சொன்னது ஒரு துளி என்றல்லவா இவர் சொல்கிறார்! இந்தத் துளியே இதயத்தின் அடிவரை சென்று ஏதோ செய்கிறதே! முழுவதும் கேட்க வேண்டும் என்று மனது துடிக்கிறதே... அதுவும் இவர் எவ்வளவு அற்புதமாக விளக்கம் சொல்கிறார்!

சொற்பொழிவு முடிந்து ராகவன் மண்டபத்திலிருந்து கீழே இறங்கியபோது அவர் காலடியில் மென்மையாக ஏதோ படிவதை உணர்ந்து குனிந்து பார்த்தார்.

புஷ்பக் குவியலாய் அவர்முன் விழுந்து நமஸ்கரித்துக் கொண்டிருந்தாள் ஜனனி. அவளது பஞ்சுபோன்ற கைகள் அவரது பாதத்தை ஸ்பரிசித்துக் கண்களில் ஒற்றிக்கொண்டிருந்தன.

“எழுந்திரும்மா!”

“ஐயா! உங்க சொற்பொழிவை இன்னிக்குத்தான் முதன்முதலா கேட்டேன். என் உடம்பும், மனசும் என்னவோ பண்ணுதுங்க. ஒரு துளிக்கே இத்தனை சக்தின்னா... மொத்தத்தையும் கேட்டுடணும்னு மனசு பொங்குதுங்கய்யா...”

ராகவன் சிரித்தார்.

“நாலஞ்சு நாளா இந்த ஊர்லதான் நான் சொற்பொழிவு பண்ணிண்டிருக்கேன். இன்னும் மூணு நாள்ல முடிச்சுடுவேன். வியாழக்கிழமை நான் இந்த ஊரைவிட்டு புறப்படறேன். நீ தாராளமா மிச்ச மூணுநாள் சொற்பொழிவையும் கேட்கலாமே.”

“ஐயா...” ஜனனியின் குரல் தழுதழுத்தது. “நிச்சயம் வருவேங்க. ஆனா...”

“ஆனா என்னம்மா?”

“இன்னிக்கு எப்படியோ, இந்த நேரத்துக்கு வந்துட்டேங்க. தினமும் அப்படி முடியுமான்னு எனக்கே தெரியலை. எந்தநேரம் நான் சுதந்திரமா இருப்பேன்னு எனக்கே தெரியாதுய்யா...”

“நீ சொல்றது எனக்குப் புரியலே...”

“நா...நான்... ஒரு தாசிங்கய்யா...”

ராகவன் சட்டென்று திகைத்தார்.

“ஐயா! தாசிக்கு இந்த ஆசை வரலாமான்னு கேட்டுடாதீங்க. எல்லாரையும் மாதிரி நீங்களும் என்னை ஒதுக்கிடாதீங்க, நானும், நாலு நல்லது தெரிஞ்சுக்கணும்னு ஆசைப்படறேன். சின்ன வயசுல பாட்டி எனக்கு கிருஷ்ணன் கதையா சொல்லிச் சொல்லி எனக்குக் கிருஷ்ணன்னா ரொம்பப் பிடிக்கும். அவரோட பக்தை நான். ஆனா, பகவத்கீதையைப் பத்தி எனக்கு விளக்கமா சொல்ல யாரும் இல்லை. அதைப்பத்தித் தெரிஞ்சுக்கணுங்கறது என்னோட ரொம்ப நாள் ஆசை. என் வேண்டுதல் கேட்டு அந்தக் கிருஷ்ணன்தான் உங்களை இந்த ஊருக்கு அனுப்பியிருக்கணும்... ஐயா எனக்கு...”

“என்ன செய்யணும், சொல்லும்மா!” - ராகவன் கனிவோடு அவளைப் பார்த்தார்.

“ஐயா, நீங்க தங்கியிருக்கிற இடம் சொன்னீங்கன்னா என்னால முடிஞ்சப்ப நான் அங்க வரேன். எனக்குக் கீதையை முழுசும் விளக்கிச் சொல்லுவீங்களாய்யா?”

ராகவன் யோசித்தார்.

ஜனனி ஒருநிமிடம் அவரையே ஏக்கமாகப் பார்த்தவள், பிறகு என்ன தோன்றியதோ எழுந்து நடக்கத் தொடங்கினாள்.

“என்னம்மா... ஏன் போறே?”

“இல்லீங்கய்யா! உங்க மதிப்பும், மரியாதையும் என்னால களங்கப்பட வேண்டாங்க. நான் வரேன். ஆனா, ஒண்ணு மட்டும் நிச்சயம். என் வாழ்க்கைல நான் சந்தோஷமா, நிம்மதியா என்னையே மறந்து இருந்தது உங்க பேச்சைக் கேட்ட இந்த ஒரு மணி நேரம்தான், அதுக்காக, என் வாழ்நாள் முழுக்க உங்களுக்கு நன்றி உடையவளா இருப்பேன்.”

அவள் அவரை வணங்கி விடை பெறக் கைக்கூப்பினாள்.

“நில்லம்மா! உன் பேர்ல எனக்கு என்ன துவேஷம்? நான் யோசிச்சது என் மதிப்பைக் காப்பாத்திக்க நினைச்சு இல்ல. என் இருப்பிடத்துக்கு உன்னால வர முடியுமான்னுதான்.”

“ஐயா...”

“அதோ, அந்த மலைக்கோயிலுக்குப் பின்பக்கம் மலைச்சரிவுல இயற்கை அமைச்சிருக்கிற கல்மேடை ஒண்ணு இருக்கு. அமைதியான அந்த இடத்துலதான் காலையிலேருந்து தியானத்தில அமர்ந்திருப்பேன். மாலையானதும் சொற்பொழிவுக்கு வருவேன். உன்னால அங்க ஏறி வரமுடியுமா? அப்படி வந்தா என் தியானத்தை விட்டுட்டு உனக்குக் கீதை சொல்ல நான் தயாரா இருக்கேன்.”

“வரேங்க! கண்டிப்பா வரேன்! இந்தச் சுகத்துக்காக எந்தக் கஷ்டத்தையும் ஏற்க நான் தயாராயிட்டேன்!”

“அப்ப நீ புறப்படு.”

அவள் விடை பெற்றாள்.

“கடமையைச் செய்! அதன் பலன் எதுவாயினும் அது என்னைச் சேரும்.”

இதுதான் கீதையின் மூலத் தத்துவம்.

“உடல் பெற்ற ஆத்மா, சிறுவயதிலிருந்து இளமைக்கும், இளமையிலிருந்து முதுமைக்கும் மாறி இறுதியில் மரணத்தின்போது பழைய ஆடையைக் களைந்து வேறு உடலுக்கு மாறுகிறது. தன்னை உணர்ந்த ஆத்மா இந்த மாற்றத்தால் திகைப்பதில்லை. ஏனெனில், ஆத்மா எந்த ஆயுதத்தாலும் துண்டிக்கப்பட முடியாததும், நெருப்பால் எரிக்கப்பட முடியாததும், நீரால் நனைக்கப்பட முடியாததும், காற்றால் உலர்த்தப்பட முடியாததும் ஆகும். அத்தகைய ஆத்மாவுக்கு அழிவில்லாதபோது, அது உடுத்திக் கொண்டிருக்கும் ஆடையைப் பற்றி நாம் ஏன் கவலைப்பட வேண்டும். ஆடை எப்படிப் போனால் என்ன? ஆத்மாவையல்லவா நாம் பேணிக் காக்க வேண்டும்?”

ஜனனி கண்மூடிச் செவி திறந்திருந்தாள். தன்னையும் மீறி அவளின் மூடிய கண்களிலிருந்து நீர் இறங்கியிருந்தன. அவர் ஒரு நிமிடம் அவளையே உற்றுப் பார்த்தார். அவருடைய இத்தனை வருட காலத்தில் அவர்முன் இப்படி மெய்மறந்து சிந்தையும், உடலும் பரவசமயமாய் யாரும் அமர்ந்து அவர் பேச்சைக் கேட்டதில்லை.

‘இந்தப் பெண் யார்? இப்படிப் பக்திமயமாய்ப் பவ்ய உருவமாய்க் கைகட்டி வாய்ப் பொத்திக் கண்மூடிச் செவிதிறந்து கீதை கேட்பதைப் பார்த்தால் அந்தப் பார்த்தனே இவள் உருவில் வந்து மீண்டும் கீதை கேட்கிறானா என்ற எண்ணம் தோன்றுகிறதே!’

“ஐயா... என்ன யோசிக்கிறீங்க?”

"உம்...? ஒண்ணுமில்லம்மா. இத்தனை பக்திப் பரவசத்தோட நீ கேக்கறியே, அதை நெனைச்சு சந்தோஷமா இருக்கு. கூடவே, சின்ன உறுத்தலும் ஏற்படறது."

"புரியுது சாமி!"

"இந்த நீசத் தொழிலை நீ செய்துதான் ஆகணுமா? யோசிச்சுப் பார்! இதை விட்டுட உன்னால முடியாதா?"

ஜனனி சிரித்தாள்!

"கீதையைக் கரைச்சுக் குடிச்ச நீங்களே கேள்வி கேக்கலாமாய்யா?"

"ஏம்மா?"

"கொஞ்சம் முந்தி என்ன சொன்னீங்க எனக்கு? உனக்கு விதிக்கப்பட்ட கடமையைச் செய், பலனை எங்கிட்ட விட்டுடுன்னு அந்தக் கண்ணன் சொன்னது எனக்கு மட்டுமில்லையா? நான் என் கடமையைத்தான் செய்யறேன், பரம்பரை பரம்பரையா தேவதாசிக் குடும்பம் எங்களுது. இன்னிக்கு நான் வெறும் தாசி. நீங்க சொல்ற மாதிரி நான் இதை விட்டுடத் தயாராகத்தான் இருக்கேன். ஆனா, அப்படி நான் விட்டுட்டா என் குடும்பம் பட்டினி கெடந்து செத்துடும்ங்க. பக்கவாதத்துல விழுந்துட்ட அப்பா... ஊஹூம்! எங்கம்மாவோட புருஷன். எங்கப்பா யாருன்னு எங்கம்மாவுக்கே இன்னும் புரியாத புதிர்! என்னை மாதிரியே எனக்கு முன்னால அவ வயித்துல பொறந்து, பிடிச்சோ பிடிக்காமலோ இந்தத் தொழிலைச் செஞ்சு சரீரம் முழுக்க வியாதியோட வெளிய தலைகாட்ட முடியாத என்னோட ரெண்டு அக்காக்கள். இந்தச் சகதியிலிருந்து வெளில வரவிடாம எல்லாரையும் ஆட்டிப் படைக்கற எங்கம்மா, இத்தனை பேரையும் இன்னிக்குக் காப்பாத்த என் சரீரம் உபயோகமா இருக்கு. ஒண்ணு மட்டும் நிச்சயம் ஐயா. நீங்க சொன்னீங்களே... அந்த மாதிரி எனக்கு விதிக்கப்பட்ட கடமையை நான் செய்யறேன். இதனுடைய பலன்கள்... அது பாவமோ, புண்ணியமோ...

அதுக்கு நான் காரணமில்லை. அந்தப் பாவமும், புண்ணியமும் அந்தக் கிருஷ்ணனைத்தான் சேரும்."

ராகவன் வியப்போடு அவளைப் பார்த்தார்.

"ஏ கிருஷ்ணா! எத்தனை அற்புதமா விஷயம் வாங்கிண்டிருக்கு இந்தப் பெண்! இவ்வளவு நம்பிக்கையோடு உன்னையே நினைச்சுக் கடமைங்கற பேர்ல கொடுமைகளைச் சகிச்சுண்டிருக்கும் இந்தப் பெண்ணின் கஷ்டத்தை எப்போது நீக்கப் போகிறாய்? கஷ்டமும், சுகமும் பருவ காலங்களைப்போல நிலையில்லாததுன்னு சொன்னவனும் நீதானே. இந்தப் பெண்ணின் கஷ்ட பருவம் எப்போது மாறும்?"

"ஐயா...! என்ன யோசனை! என்னடா பாவகாரியம் பண்றவள் பகவத்கீதையை பக்கபலமா உபயோகிக்கிறாளேன்னா? என் தேகம்தாங்க தப்பு பண்ணுது. என் உள் மனசு இதுவரை எந்தத் தப்பும் பண்ணினதில்லை. இனிமேலும் அது பரிசுத்தமாகத்தான் இருக்கும். அதனால எனக்குப் பயமில்லிங்கய்யா... தேகம் பண்ற தப்புக்கு இந்தத் தேகத்துக்கு நிச்சயம் தண்டனை கிடைச்சுடும். என்னிக்காவது ஒருநாள் எங்க அக்காக்களைப்போல என் தேகமும் உருக்குலைஞ்சு போகப் போறது நிச்சயம். ஆனா, அப்பவும் என் ஆத்மா சுத்தமா இருக்கும். அங்க அந்தப் பரந்தாமன் நினைவு மட்டும்தான் இருக்கும், என் உடம்பு பாவ காரியம் பண்ணும்போதுகூட என் அந்தராத்மா, கிருஷ்ணா கிருஷ்ணான்னுதான் கதறும்... என் உடம்பு அப்ப ஒரு பிணம் மாதிரிதான் இருக்கும். என் ஆத்மா சர்வம் கிருஷ்ணமயம்னு அவன்கிட்டயே லயிச்சிருக்கும்."

ராகவன் உறைந்துபோய் அவளைப் பார்த்தார்.

"அம்மாடி! நீ சொல்றது சத்தியமான உண்மைதாம்மா! உன்னை நான் இப்பதான் முழுசா புரிஞ்சுண்டேன். நீ இப்ப சொன்னயே... அதையும் அந்தக் கிருஷ்ணன் சொல்லியிருக்கான். பகவான் உன்னை ஒருநாளும் கைவிட மாட்டான். இந்த வயசுல

உனக்கிருக்கிற பக்குவமும், முதிர்ச்சியும் என்னை மெய்சிலிர்க்க வைக்கறதும்மா."

ஜனனியும் சிலிர்த்துப் போனாள். அவள் கண்களிலிருந்து கரகரவென்று நீர் வழிந்தது.

"ஐயா, நீங்க யாரு சொல்லுங்க?" என்று குரல் தழுதழுக்கக் கேட்டாள்.

"திடீர்னு என்னம்மா?"

"சொல்லுங்கய்யா... நீங்க யாருன்னு சொல்லுங்க?"

"நான் ஒரு நாடோடிம்மா!"

"இல்லய்யா! எனக்கு அப்படித் தோணலை. நான் நம்பற அந்தக் கிருஷ்ணன்தான் உங்க ரூபத்துல வந்து எனக்குக் கீதோபதேசம் பண்ற மாதிரி இருக்கு. உண்மையைச் சொல்லுங்க, நீங்க அவன்தானே?"

ராகவன் வியந்தார். சற்றுமுன் அவர் அவளைப் பற்றி நினைத்தார் - அந்த அர்ஜுனன்தானோ என்று. இதோ இவளும் கேட்கிறாள் நான் யார் என்று! உண்மையில் நான் யார்?

ராகவன் தயக்கத்தோடு கதவைத் தட்டினார்.

"யாரது?" - அதிகாரம் தொனிக்கக் கேட்டபடி கதவைத் திறந்த ஜனனியின் தாய், அவரைக் கண்டதும் முகம் மாறினாள்.

"நீதானே என் பொண்ணு புத்தியை மாத்தி, உபதேசம் பண்றேன் வான்னு மலையுச்சிக்குக் கூட்டிட்டுப் போன பரதேசி? எதுக்கு இங்க வந்தே?"

"அவளைப் பார்த்துட்டுப் போலாம்னு..."

"ஓஹோ! என் பொண்ணைப் பார்க்க வந்தியா? அவளைப் பார்க்கணும்னா பணம் வேணுமே. வெச்சிருக்கியா?"

ராகவன் லேசாகச் சிரித்தார். "தெரியும் தாயி, நீ பணம் கேட்பேன்னு எனக்குத் தெரியும். இதோ பணம்! போறுமா? எங்கிட்ட இவ்ளோதான் இருக்கு."

ராகவனின் நீட்டிய கையில் ஒரு ஐம்பது ரூபாய் நோட்டு இருந்தது.

“போய்யா எடுத்துக்கிட்டு பிச்சைக்காசு அம்பது ரூபாயை எடுத்துக்கிட்டு வந்திருக்கான். என் பொண்ணு பேரைச் சொல்லவே அந்த ரேட்டு தெரியுமா?”

“அம்மாடி, நான் பரதேசிம்மா. ஒரு ரெண்டு நிமிஷம் அவகாசம் குடு. பாத்துட்டுப் போயிடறேன்.”

அவள் யோசித்தாள். “ரெண்டு நிமிஷம்தானே, எதற்கு ஐம்பது ரூபாயை இழக்க வேண்டும்?”

“சரி போ. அந்த அறைல இருக்கா. ரெண்டு நிமிஷம்தான், உடனே வரணும். இல்ல...”

“வந்துடறேம்மா!”

அவர் அந்த அறை நோக்கி நடந்தார்.

“ஐ...யா...!”

ஜனனி துடித்துப்போய் அவரைப் பார்த்தாள்.

“நீங்க எங்கய்யா இங்க? ஐயா! இங்கெல்லாம் நீங்க வரலாமா? இது பாவப்பட்ட வீடுங்க!”

“நான் இன்னிக்குப் புறப்படறேம்மா. அதுக்கு முன்னாடி எனக்கு ஒரு கேள்வி உன்னைக் கேக்கணும்னு தோணித்து... அதான் வந்தேன்.”

“என்னய்யா?”

“நீ... நீ யாரும்மா?”

“ஐயா!”

“இதுவரை ஆயிரக்கணக்கான மேடைல நான் உபதேசம் பண்ணிருக்கேன். ஆனா அப்பல்லாம் கிடைக்காத ஒரு ஆத்மதிருப்தி, உனக்கு மட்டும் உபதேசம் பண்ணின ரெண்டே நாள்ல எனக்கு ஏற்பட்டிருக்கே! என் ஜென்மாவோட கடமை முடிஞ்சு

பரிபூரணமாய்ட்ட மாதிரி தோண்றதே! அந்த ஆச்சரியம்தான் என்னால தாங்க முடியலை. என் அந்தராத்மாவுக்கு நீ ரொம்ப நெருங்கினவ மாதிரியே இருக்கு. நீ யாரும்மா?"

"ஐயா..." - அவள் கண்ணீர் விட்டு அழுதபடியே அவரது பாதங்களில் விழுந்தாள்.

"எனக்கு என்ன சொல்றதுன்னே தெரியல சாமி!"

"நான் சொல்றேம்மா. 'உன் கண்ணுக்கு நான் யாரா தெரியறேனோ அவன்தான் நான். எதனில் நீ என்னைக் காண்கிறாயோ அதுவே நான்' அப்படின்னு நான் சொல்லலைம்மா. அந்தக் கண்ணன் சொல்லியிருக்கான். நீ யாருன்னு எனக்குப் புரிஞ்சு போச்சும்மா!"

அவள் அவரையே ஒரு கணம் பார்த்தாள்.

"எனக்கும் புரிஞ்சு போச்சுங்கய்யா!"

"ஏ பரதேசி! ரெண்டு நிமிஷம்னு சொல்லி உள்ள வந்துட்டு இன்னும் என்னய்யா அங்க பேச்சு! வாய்யா வெளிய! குடுத்திருக்கறது அம்பது ரூபா பிச்சைக் காசு. நாள்பூரா இருந்துடலாம்னு நெனைப்போ?"

'சுரீர் சுரீர்' என்று சாட்டையால் அடிபட்டதுபோல் உணர்ந்தாள் ஜனனி. துடிதுடித்துப் போனாள்.

"ஐயா! என்ன காரியம் பண்ணிட்டீங்கய்யா! என்னைப் பார்க்கப் பணம் கொடுத்தீங்களா? நீங்களுமா... ஐயோ இந்தப் பாவத்தை நான் எந்தக் கங்கையில முழுகிப் போக்கிப்பேன்! கடவுளே! இன்னும் என் உசிரை ஏன் விட்டு வெச்சிருக்கே? ஏதுய்யா உங்களுக்கு அவ்ளோ பணம் திடீர்னு? இந்தப் பாவிக்காக யார்கிட்ட நீங்க கை நீட்டினீங்க சொல்லுங்க சாமி! உங்க கடனை நான் தீர்த்துடறேன்."

அவர் சிரித்தார். யார் கடனை யார் தீர்க்க?

"யார்கிட்டயும் நான் கடன் வாங்கலை. கவலைப்படாதம்மா. இந்தப் பரதேசியை மறந்துடாதே..."

"ஐயா...!"

"என்ன தாயி?"

"உங்க தோள்லே தொங்கற பை எங்கய்யா? பொக்கிஷம்னு நீங்க சொல்ற உங்க புத்தகமெல்லாம் எங்கய்யா? இந்தப் பாவி வீட்டுக்குள்ள அந்தப் புனிதங்களைக் கொண்டு வரவேணாம்னு வெளிய வெச்சுட்டீங்களா?"

"இல்ல வித்துட்டேன்!"

"ஐயா!" - வீறிட்டாள்.

"அதையெல்லாம் வித்துதான் உன்னைப் பார்க்கப் பணம் கொண்டு வந்தேன். கீதை குடியிருக்கற வெறும் உடல்தான் அந்தப் புத்தகங்கள். அந்தக் கீதையோட ஆத்மா இதோ இந்த நெஞ்சுல இருக்கு. இந்த ஆத்மாவோட கலந்திருக்கு. இந்தக் கட்டை அழியறவரை அதுவும் அழியாது. சந்தர்ப்பம் வரும்போது, சக்தி வரும்போது வேற புத்தகம் வாங்கிக்கலாமே. எதுக்குக் கவலைப்படறே? உன் தாய் பாவம்! நிலையில்லாத உன் தேகத்துக்கு மட்டும்தான் விலை வெச்சிருக்கா. அதுக்குள்ள இருக்கற ஆத்மா விலைமதிப்பில்லாததுன்னு எனக்குத் தெரியும். அதுல வாழறது என் கிருஷ்ணன்தான்னு தெரிஞ்சப்பறம் என்னால இங்க வராம போகமுடியலை. அந்த ஆத்மாவைத் தேடி நான் வந்தேன். விலைமதிப்பில்லாத ஒண்ணைத் தரிசிக்க நான் கொடுத்த விலை ரொம்ப கம்மிதானம்மா!"

அவர் குரல் நடுங்க, மெய் நடுங்க தன் காலடியில் விழுந்தவளை ஆசீர்வதித்தார்.

——

8 அடைப்பு

தெரு முழுக்க சாக்கடை நீர் ஆறாய் ஓடிக்கொண்டிருந்தது. துர்நாற்றம் தாங்க முடியவில்லை. தெருவாசிகள் மூக்கைப் பொத்திக்கொண்டும், முகத்தைச் சுளித்துக்கொண்டும், கண்ணைச் சுருக்கிக்கொண்டும் போய் வந்து கொண்டிருந்தார்கள்.

"சே நரகம்!" என்று முணுமுணுத்தபடி புடைவைத் தலைப்பால் பாதி முகத்தை மறைத்துக்கொண்டு சென்றாள் ஒரு பெண்மணி.

"ஏம்பா கார்ப்பரேஷன்காரங்களுக்கு யாராவது சொல்றதுதானே?" ஒரு பெரியவர் அங்கு கூடி நின்றிருந்த சில வாலிபர்களிடம் கேட்டார்.

"சொல்லிட்டோம். ஆள் அனுப்பிடறதா சொல்லியிருக்காங்க. அதோ வந்துட்டாங்களே!" ஒருத்தன் கூவினான்.

சுருட்டப்பட்ட மூங்கில் பத்தை, மற்றும் பிற சமாச்சாரங்களோடு இரண்டுபேர் வந்து கொண்டிருந்தனர்.

மூங்கில் பத்தையைத் தோளில் மாட்டியிருந்தவன்தான் குருவையா. போட்டிருந்த அரை நிஜாரையும், ஷர்ட்டையும் கழற்றி ஓர் ஓரமாய் வைத்துவிட்டு கோவணத்தோடு வந்தான். அவனுடன் கூட வந்த ஆள், "மொதல்ல பத்தையைப் போட்டுப் பாரு குருவையா. அப்பால எறங்கு" என்றான்.

சுருட்டியிருந்த மூங்கில் பத்தையைப் பிரித்து ஒரு முனையைப் பாதாளச் சாக்கடையில் நுழைத்து இழுத்து இழுத்துக் குத்திப் பார்த்தார்கள். அடைப்பு நீங்குவதாக இல்லை.

“சரிதான்! எறங்கிட வேண்டியதுதான்” என்றபடி தாம்புக் கயிற்றை இடுப்பைச் சுற்றிக் கட்டிக்கொண்டான். அதன் மற்றொரு முனையைக் கையில் பிடித்துக்கொண்டான்.

குருவையா சாக்கடைக்குள் இறங்கினான். ஒரு கணத்தில் காணாமல் போனான். கயிறு மட்டும்தான் தெரிந்தது.

வெளியில் நின்றவன் கயிற்றின் அசைவையே உன்னிப்பாய்க் கவனித்துக் கொண்டிருந்தான். கயிற்றின் ஒவ்வோர் அசைவுக்கும் அர்த்தம் உண்டு. ஆபத்து என்பதைக் கூட அசைவின் மூலம் புரிந்துகொண்டு விரைந்து செயல்பட வேண்டும்.

வயதாகிவிட்ட காரணத்தால் பத்து நிமிடத்திற்கு மேல் உள்ளே மூச்சடக்கி அடைப்பு நீக்குவதற்கு இப்போதெல்லாம் குருவையாவால் இயலவில்லை.

சரியாய்ப் பத்தாம் நிமிடம் வெளியே வந்தான். தலையிலிருந்து பாதம் வரை கழிவுகள் கலந்த சாக்கடை நீர் வழுவழுப்பாய்ச் சொட்டச் சொட்ட வெளியேறியவனை கூட்டம் வியப்பும், அருவருப்புமாய்ப் பார்த்துவிட்டு முகம் திருப்பிக் கொண்டது.

குருவையாவுக்கு ஐம்பத்தைந்து வயசிருக்கும். மெல்லிய தேகம். ஆந்திரா பக்கம் ஏதோ பின்தங்கிய தெலுங்கு வகுப்பைச் சேர்ந்தவன். அவனுடைய அப்பா காலத்திலேயே பிழைப்புக்காக ஊர் விட்டு வந்துவிட்டார்கள். அப்பாவுக்கு கார்ப்பரேஷன் வண்டியில் தெருக்குப்பையை அள்ளிப்போடும் வேலை. அப்பாவுக்குத் துணையாகப் குப்பை வண்டியின் முன்பக்கம் உட்கார்ந்து “ஹை ஹை” என்று மாடுகளை ஓட்டிச்சென்று ஒவ்வொரு குப்பைத் தொட்டிக்கருகிலும் நிறுத்துவான் குருவையா.

படிக்க வேண்டும் என்ற அவன் ஆசையை அவனது தந்தை மதிக்கவில்லை. “வேல வெட்டியைப் பார்” என்று சொல்லிக் குப்பை வண்டியில் உட்கார்த்தி வைத்துவிட்டார்.

அப்படி இப்படி என்று கார்ப்பரேஷனில் பாதாளச் சாக்கடையில் அடைப்பு நீக்கும் வேலைக்கு ஆள் எடுத்தார்கள்.

வேலையில் சேரும்போது குருவையாவுக்குப் பதினெட்டு வயதுதான். தினம் தினம் சாக்கடை நீரில் குளிக்க ஆரம்பித்தான். வியப்பும், திகிலும், அருவருப்பும் கலந்த பார்வைகளைச் சகித்துக்கொள்ளப் பழகிக்கொண்டான். கழிவுநீர் பட்டுப் பட்டுத் தோல் எரிவதைப் பொறுத்துக்கொண்டான். சாக்கடைக் குளியல் முடிந்து தெருக்குழாயில் சுத்தம் செய்துகொண்ட ஒரு சமயத்தில்தான் அவனுக்குள் ஒரு தீர்மானம் நிறைவேறியது.

அப்பாவுக்குக் குப்பை வாரும் வேலை. அவனுக்குச் சாக்கடை அடைப்பு நீக்கும் வேலை. ஆனால் அவன் பெற்ற பிள்ளைக்கு இதுமாதிரி வேலை வேண்டாம். அவனை நன்கு படிக்க வைத்துக் குழாயும், சட்டையும் மாட்டிவிட்டு ஃபேனுக்கடியில் உட்காரும் உத்தியோகத்திற்கு அனுப்ப வேண்டும். இந்த எண்ணம் வந்ததுமே தன் சக்திக்கு மீறி செலவழித்து பிள்ளையைப் படிக்க வைத்தான். பிள்ளையும் நன்கு படித்தான். எஸ்.ஸி. கோட்டாவில் கல்லூரியில் இடம் கிடைத்துத் தொடர்ந்து படித்து, பட்டம் வாங்கியதும் குருவையா மகிழ்ந்து போனான்.

“ஏம்பா என்ன பேசாம குந்திட்ட? எறங்குப்பா வேலை ஆவணும்” குருவையாவுடன் கூட வந்த ஆள் குரல் கொடுத்தான்.

பிடித்துக் கொண்டிருந்த பீடியை விட்டெறிந்துவிட்டுக் கயிற்றை சரிபண்ணிக் கொண்டு திரும்பவும் இறங்க ஆயத்தமானான் குருவையா. இரண்டு கைகளையும் வெளியே ஊன்றிக்கொண்டு உள்ளே கால் வைத்தபோது அவனைக் கடந்து போனார்கள் அந்த ஆணும், பெண்ணும். அந்தப் பெண் அவனைப் பார்த்துவிட்டு கண்களைச் சுருக்கி மூக்கைச் சுளித்துக்கொண்டு அருவருப்புக் காட்டினாள். குருவையா அந்த வாலிபனைப் பார்த்துச் சிரித்தான்.

“யாருங்க அது? ரொம்பத் தெரிஞ்சவன் மாதிரி சிரிக்கிறானே?” என்றாள் அந்தப் பெண்.

“முன்ன நாங்க இருந்த தெருவுல இதே மாதிரி ரிப்பேர் வேலை செய்ய வந்திருக்காரு. நான்தான் பரிதாபப்பட்டு டீ

வாங்கிக் குடுத்தேன். அதான் சிரிக்கறாரு” என்றான் அந்த வாலிபன்.

“அய்யோ பாவம் இந்த முறையும் டீ வாங்கிக் குடுப்பீங்கன்னுதான் சிரிச்சானோ என்னமோ? நீங்க பாட்டுக்கு வந்துட்டீங்க. இருங்க அவனுக்கு ஏதாச்சும் பைசா குடுத்துட்டு வரேன்” என்றபடி விடுவிடுவென்று திரும்பவும் அவனருகில் வந்து, “இந்தாங்க டீ வாங்கிச் சாப்டுங்க” என்றபடி முழு ரூபாயாக இரண்டு நாணயங்களை அவனருகில் தரையில் வைத்தாள்.

“எதுக்கு தாயி?”

“பரவால்ல முன்ன ஒருதரம் அவரு கூட உங்களுக்கு டீ வாங்கிக் குடுத்தாராமே! சொன்னாரு. இப்பவும் வாங்கிச் சாப்டுங்க” பெண் திரும்பிச் சென்றாள்.

குருவையா திகைத்துப் போனான். “எறங்கு குரு. வேல முடிச்சுட்டு, டீ சாப்டுவோம் இன்னும் நாலு எடம் வேற போவணும். நாழியாவது” கூட வந்தவர் அவசரப்படுத்தினார்.

குருவையா கீழே இறங்கி மறைந்தான். மேலே கழிவுநீர் குமிழ் குமிழாய்த் ததும்ப உள்ளே அவன் அடைப்பு நீக்கப் போராடினான்.

எந்தப் பிள்ளைக்காக இப்படி நாற்றத்தில் விழுந்து போராடுகிறானோ அந்தப் பிள்ளைக்கு இந்த உத்தியோகம் பிடிக்கவில்லை. கேவலமாயிருக்கிறதாம். கல்லூரியில் படிக்கும்போதே பிரிந்துபோய் விடுதியில் சேர்ந்துகொண்டான். பணத்திற்கு மட்டும் அவனை எதிர்பார்த்தான். மாதம் தவறாமல் பிள்ளைக்கு பணம் அனுப்பி வந்தான் குருவையா.

படித்துப் பட்டம் பெற்றபின் குருவையாவின் கனவுப்படியே ஃபேனுக்கடியில் அலுங்காமல் உட்கார்ந்து எழுதும் உத்தியோகமும் அவன் மகனுக்குக் கிடைத்தது.

குருவையா அகமகிழ்ந்து போனான். தன் பரம்பரையிலேயே இல்லாத ஒரு சாதனையைச் செய்துவிட்ட மகனை நினைத்து உச்சி

குளிர்ந்து போனான். ஆனால் பிள்ளை ஒரேயடியாய் இவனிடமிருந்து வெட்டிக்கொண்டு விட்டான். கௌரவமான உத்தியோகம் என்ற நிலையில் "சாக்கடை இறங்கி அடைப்பு நீக்குபவனின் பிள்ளை நான்" என்று சொல்லிக்கொள்ள வெட்கப்பட்டான்.

அப்பா எங்கோ வெளியூரில் வியாபாரம் செய்கிறார் என்று பொய் சொல்லிக்கொண்டு திரிந்தான். "சம்பளப் பணத்தில் செலவுக்குக் கொஞ்சம் கொடுப்பா" என்று போய் நின்ற அம்மாவை விரட்டியடித்துவிட்டு, ரகசியமாய் ஏதோ கொஞ்சம் பணம் பெற்ற கடனுக்காக மாசா மாசம் அனுப்பினான். அவன் கௌரவத்தைக் குலைத்து விட வேண்டாம், உறவு கொண்டாடிக் கொண்டு இங்கு வரவேண்டாம் என்று அம்மாவிடம் கேட்டுக் கொண்டான்.

அசுத்தத்தில் இறங்கி இறங்கித் தோல்தானே நாறுகிறது! ஆனால் மனசு...? அங்கு ரோஷமும், மானமும், தன்னம்பிக்கையும், நேர்மையுமல்லவா மணத்துக் கொண்டிருக்கிறது. படித்துப் பட்டம் பெற்ற மகனைக் காட்டி மார் தட்டிக்கொள்ள ஒருபோதும் குருவையா விரும்பியதில்லை. வைரத்துக்குள் நீரோட்டம்போல் அந்த ஆனந்தம் மனசுக்குள் ஓடிக்கொண்டிருந்தது உண்மை. ஆனால் பிள்ளை சொல்ல வேண்டாமோ? இதோ இவரே என்னைப் பெற்றவர். இப்படி ஓர் உத்தியோகம் பார்த்துத்தான், கொடிய நாற்றத்தில் குளித்துத்தான், எனக்கு வாசனை பூசி, கௌரவமான நிலைக்கு உயர்த்தியிருக்கிறார் என்று சொல்லிக்கொண்டால் தன் மதிப்பு இன்னும் கூடுமே தவிர சிறிதும் குறையாது என்று ஏன் தெரியவில்லை?

அந்தப் பட்டத்தை அடித்தளமாக்கி இப்போது வாங்கும் சம்பளப் பணம் நாறவில்லையோ? அப்படி என்ன கேவலம் கண்டுவிட்டான்? இதில் இவன் ஒருத்தன் கழிவில் இறங்குவதால் எத்தனை ஜனங்கள் சுகப்படுவார்கள்? அவனைப் பொறுத்தவரை மற்றவர்களுக்குத்தான் இது சாக்கடை நீர். அவனுக்கு இதுதான் கங்கை நீர். இதில் இறங்கும் ஒவ்வொரு முறையும் அவன்

சுத்தமாகிறான், அவன் அழுக்கு நீங்குகிறது. பலபேரின் நன்மைக்காகதான் பாடுபடுகிறோம் என்ற உணர்வுதான் அவனுக்கு ஆத்ம திருப்தி.

இதை ஏன் என் மகன் உணரவில்லை? திருமணம் ஆகிவிட்டதைக் கூட சொல்லவில்லையே! அந்த அளவுக்கு உறவுக்குழாயில் எது அடைத்துக் கொண்டிருக்கிறது? இதோ... இவன் பிழைப்பா? அவன் பிழைப்பா? என்று அந்த அடைப்பு நீங்கும்? யார் நீக்கப் போகிறார்கள்? குருவையாவுக்கு எதுவும் புரியவில்லை. எதை கௌரவம் என்று நினைக்கிறான் மகன்?

கசக் என்ற ஒலியோடு அடைப்பு நீங்கியது. ஏனோ குருவையாவுக்குத் திடீரென்று அழுகை குமுறிக்கொண்டு வந்தது.

சில நேரங்களில் அடைப்பு விலகியதும் விஷவாயு பரவ ஆரம்பித்து விடுவதுண்டு. இப்போதும் அப்படிப் பரவ ஆரம்பித்தது. ஆனால் அதைப்பற்றி உணராதவனாய் ஏதோ வேதனையில் அமிழ்ந்து போனான் குருவையா. டீ வாங்கக் காசு கொண்டுவந்து கொடுத்த மருமகளையே மனக்கண்ணில் நினைத்துப் பார்த்துக் கண்ணீர் விட்டுக் கலங்கினான்.

“என்னடா இது. தண்ணி போவ ஆரம்பிச்சுடுச்சு. ஆனா இன்னும் குரு மேல வரலியே! குரு...” என்று குரல் கொடுத்துக்கொண்டே கயிற்றை இழுத்தான் கூட வந்தவன். ஏதோ ஒரு பயம் கப்பென அவனைப் பற்றிக்கொள்ள வேகமாய்க் கயிற்றை வெளியே இழுத்தான். நீருக்கு மேல் வந்ததும் கனம் அதிகரித்தது.

“அய்யய்யோ...” என்று அலறினான். “கயித்தை அசைச்சு சாடை செய்யக் கூடாதா குரு?” என்றபடி உடலை வெளியே இழுத்துப்போட்டு மூச்சைப் பரிசோதித்தான். அடங்கியிருந்தது.

தெரு முழுக்க உச்சு உச்சு என்று பரிதாபத்தோடு அந்த உடலை வேடிக்கை பார்த்தது.

டீக்காசு வைத்தது வைத்தபடியே இருந்தது.

செய்தியறிந்து வேகமாய் வந்த அந்த இளைஞனின் முகத்தில் பதற்றம் தெரிந்தது. கும்பலை விலக்கிக்கொண்டு பார்த்தவனின் அடி வயிற்றிலிருந்து அவனையுமறியாமல் அப்பா என்ற சொல் பிரசவமானது.

திடுக்கிட்ட அவன் மனைவி இப்போது அவனை அருவறுப்புடன் பார்த்தாள். பெற்ற அப்பனையா யாரோ என்று சொல்லிக்கொண்டாய்? என்பதுபோல் பார்த்தாள்.

தெருக்காரர்கள் பார்த்த பார்வையில் கூனிக்குறுகிப் போனான் பிள்ளை. அந்தப் பெண் ஓடிப்போய் ஒரு குடம் தண்ணீர் கொண்டுவந்து அந்த உடலின் அழுக்கை நீக்கிவிட்டு பாதங்களைத் தொட்டு கண்ணில் ஒற்றிக்கொண்டாள்.

பிள்ளை விசித்து விசித்து அழுதான். அந்தக் கண்ணீரிலேயே அடைப்பு நீங்கிவிட்டதை உணராமல் கிடந்தான் குருவையா.

——

9 மௌனக் கதறல்

அப்பப்பா என்ன இதம்? என்ன பரவசம்? இந்த இருட்டுக்குள்தான் என்ன பாதுகாப்பு? சுற்றியிருக்கும் நீர் எத்தனை கதகதப்பாயிருக்கிறது. இத்தனை நாள் நான் எங்கிருந்தேன்...? எப்படி நான் இங்கு வந்தேன்... புரியவில்லை! ஆனாலும் இந்த இடம் எனக்கு மிகவும் பிடித்திருக்கிறது. வேளாவேளைக்கு எல்லாம் கிடைக்கிறது. எப்போதும் இருட்டு என்பதால் இரவு பகல் எந்நேரமும் ஒரு மயக்க உணர்வுதான். இன்னும் என்னால் அசங்க இயலவில்லை. என்ன காரணம்? புரியவில்லை!

க்ளுக்கென்று ஒரு சிரிப்பு கேட்கிறது. "யார்? யாரது" பரபரக்கிறேன்.

"நான்தான்..."

"நான்தான் என்றால்?"

"நான்தான்! எல்லோருக்குள்ளும் நான் ஆக இருப்பவன்தான்."

"புரியவில்லையே..."

"சற்றே கண் திறந்து பார்."

"கண்ணா? எங்கே இருக்கிறது?"

"ஞானக்கண்! நான் தருகிறேன் பார்!"

"அப்பப்பா என்ன பிரகாசம்... என்ன ஒரு தேஜஸ். எப்படி இத்தனை சின்ன இடத்துக்குள் உன்னால் நுழைய முடிந்தது? நீ யார்?"

“அணுவுக்குள் அணுவாய் இருப்பவன். கருவுக்குள் கருவாக இருப்பவன்!”

“நான் யார்?”

“நான்கு கூடுகள் மாறி ஐந்தாவது கூட்டுக்குள் புகுந்திருக்கும் நீ ஒரு பெண்.”

“நான் எப்போது இங்கிருந்து வெளியேறுவேன்?”

“இன்னும் எட்டு மாதங்கள் கழித்து...”

“ஓ விஷ்ணு ஸ்வரூபமே! முற்பிறவியில் நான் என்னவாக இருந்தேன்? எத்தனை நிராசைகளோடு மடிந்தேன்?”

“சற்றுநேரம் உனக்கு அருள்புரிகிறேன். நீயே அதை உணர்வாய்.”

“ஏ எருமே! என்னாடி பண்ற அங்க?”

“வீட்டுக் கணக்கு போடறேம்மா!”

“தவடையில அடிடி அவள? அடச்சீக் கசமாலம், அம்மாஞ்சாணி அங்க குமிஞ்சு கெடக்கு. அத்த உருட்டி போடறத உட்டுப்புட்டு வீட்டுக்கணக்கு எழுதறாளாம்.”

“டீச்சர் அடிப்பாங்கம்மா!”

“இஸ்கோலுக்குப் போனாத்தானே அடிப்பா அந்த வாத்திச்சி! மொதல்ல நிப்பாட்டிடறேன்.”

“போதும் சாமி போதும், இப்போது எல்லாம் தெரிகிறது. படிப்பை நிறுத்திவிட்டு வீட்டு வேலை பழக்கின அவள் பிறகு, என்னைக் கட்டிக்கொடுத்தாள். எனக்கு புருஷனாய் வந்தவன் அதற்குமேல், என்னை நாலெழுத்து படிக்கத் தெரியாத முண்டம் என்றான். படிக்காதது என் குற்றமா? தவிர அதை வாங்கி வா, இதை வாங்கி வா என்றான். பிறந்த வீட்டிலும் இடி, புகுந்த வீட்டிலும் இடி. படித்திருந்தால் ஒரு வேலைக்குப் போய் சுயமாய் நின்று வாழ்ந்திருக்கலாமே என்று ஒவ்வொரு கணமும் ஏங்கித் துடித்து, ஒரு வழியாய் அந்தப் பிறவி முடித்தாய் நீ.

இந்த ஜென்மத்திலாவது படிக்கவேண்டுமென்ற என் ஆசை ஈடேறுமா?"

"நிச்சயமாக. உனக்கு அதி உன்னத மூளையைப் படைத்திருக்கிறேன். மிகப்பெரிய விஞ்ஞானியாவாய். தீராத நோய்க்கெல்லாம் மருந்து கண்டுபிடிப்பாய். உலகம் உன்னைப் போற்றும். சரித்திரம் உன் பெயரை செதுக்கிக் கொள்ளும்."

"மிகவும் நன்றி. முற்பிறவியின் இறுதியில் நான் வேண்டிக் கொண்டதை நிறைவேற்றும் உனக்கு நன்றி. ஆ...! இதென்ன? தெய்வமே... என்னை நோக்கி எது வருகிறது?"

"ஒன்றுமில்லை. பயப்படாதே. கருவிலேயே உன்னைக் கவர வரும் யமன்தான் அது."

"தெய்வமே இதென்ன கொடுமை. கொடுத்த வரம் ஈடேறுவதற்குள் நீ இப்படி செய்யலாமா? இதென்ன சொல்? எங்கிருந்து வருகிறது?"

"வருந்தாதே. நீ பெண் என்று முன்னதாகவே அறிந்துகொண்ட உன் தாயும், தந்தையும் உன்னை அழிக்க முடிவு செய்திருக்கின்றனர்."

"வேண்டாம். வேண்டாம். நான் என்ன பாவம் செய்தேன்? நான் மேதையாக வளருவேன் என்று அவர்களுக்குச் சொல், அவர்கள் பெருமைப்படும்படி வாழ்ந்து சாதனைகள் புரிவேன் என்று அவர்களுக்குச் சொல்."

"மன்னித்து விடு. ஆறறிவையும் மனிதனுக்குக் கொடுத்துவிட்டு, ஒவ்வொன்றையும் நானே எடுத்துச் சொல்ல வேண்டுமென்றால் எதற்கு அந்த ஆறாம் அறிவு?"

"கடவுளே! எப்படி நான் பெண் என அறிந்தார்கள்?"

"புதுப்புது விஞ்ஞானம் படைக்க நீ விரும்புகிறாய். ஏற்கனவே படைத்து வைத்திருக்கும் விஞ்ஞானம்தான் உன்னைக் காட்டிக்கொடுத்துள்ளது. உன் அழிவுக்கும் அதுவே காரணமாகிறது."

"கருவின் மீது என்ன தவறு? எய்தவன் இருக்க அம்பை நோவதா? ஆ... ஆ... எனக்கு வலிக்கிறதே... இது என்னை உறிஞ்சுகிறதே. நான் சிறிது சிறிதாய் சிதைகிறனே... பார்த்துக் கொண்டிருக்கிறாயே... முற்பிறவியில் நான் வேண்டிக்கொண்டதை மறந்துவிட்டாயே."

"மறக்கவில்லை. நீ சரியாக வேண்டிக்கொள்ளவில்லை. நன்கு படித்து மேதையாக வேண்டும் என்று வேண்டினாய் சரி. பெண் என்று வெறுக்காத ஒரு தாய் தந்தைக்கு மகளாய் என்னை உருவாக்கு என்று வேண்டிக்கொள்ளாதது யார் குற்றம்?"

"அய்யோ... எனக்கு நினைவு தப்புகிறதே... இப்போது வேண்டிக் கொள்கிறேன். அடுத்த ஜென்மத்திலாவது பெண் என்றாலும், நேசிக்கும் நல்ல தாய் தந்தைக்கு மகளாய் என்னை உருவாக்கு."

அந்த கருவின் ஜீவாத்மா அடுத்த கணம் அந்த பரமாத்மாவோடு ஒன்று கலக்க, வெறும் உதிரம் மட்டும் வெளியேறியது.

———

10 ஆணாகி பெண்ணாகி நின்றானவன்

பதினைந்தாவது வயதில் அவன் அதை உணர்ந்தான். உணர்ந்ததும் அதிர்ச்சியில் உறைந்து போனான். அர்த்தநாரி என்று எந்த நேரத்தில் பெயரிட்டார்களோ, அப்படியே ஆகிவிட்டது. எங்கே தவறு நேர்ந்தது என்று புரியவில்லை. எதனால் இப்படி என்று தெரியவில்லை. இது எதற்கான தண்டனை என்று விளங்கவில்லை. எல்லோரும் சரியாக இனம் பிரிந்து முழுமையாக வளர்ந்திருக்கும்போது, தான் மட்டும் எதனால் இப்படி இடைக்கோட்டில் நிறுத்தப்பட்டு விட்டோம் என்ற கேள்வி எழும்பி விடை கிடைக்காமல் உள்ளே அலைந்து தவித்தது. இது அவனுக்கு அதிர்ச்சியான விஷயம் என்றால், மற்றவர்களோ இதை அவமானமாக நினைத்தார்கள்.

வீடு அந்நியமாக நினைத்து விலகியது. ஒரே அறையில் இவனோடு படுக்கும் அண்ணன், இதற்குப் பிறகு தன் படுக்கையை ஹாலுக்கு மாற்றிக் கொண்டு விட்டான். அப்பாவின் பார்வையில் பாசம் தொலைந்து பதட்டம் தெரிந்தது. அக்கா அருவருப்போடு விலகினாள். அம்மா மட்டுமே பரிதவித்தாள் அழுதழுது சோர்ந்தாள்.

தனிமையில் அர்த்தநாரியும் அழுதான். இது ஒரு நிரந்தர ஊனம். இனி அவனுக்கு யார் ஆறுதலாயிருப்பார்கள்? குடும்பத்தினராலேயே அளிக்க முடியாத ஆறுதலையும், தேறுதலையும் வேறு யாரிடம் எதிர்பார்க்க முடியும்? இதேபோல் வேதனைப்படும் வேறொரு ஜீவன் ஒருவேளை இந்த வேதனை உணருமோ? காயம் பட்டவனுக்குதான் இந்த வலி எத்தகையது என்று புரியுமோ?

அவனையும் மீறி அவன் நடவடிக்கைகள் வித்தியாசப்படத் துவங்கின. எங்கிருந்து இப்படி ஒரு கூச்சம் வந்தது? புரியவில்லை. கூச்சத்தோடு கூடவே பயமும் வந்தது.

“நீ ஆண் அர்த்தநாரி! நம்பிக்கையோடிரு. நீ ஆண்தான். வெட்கப்படாதே! அச்சம் தவிர்! நிமிர்ந்து நட! எதற்கு பெண்ணைப்போல் நடக்கிறாய்” உள்ளே ஒரு குரல் கட்டளையிட்டது. ஆனால் கட்டுப்படும் சக்தி அவனிடம் இல்லை. கொடியில் தொங்கின டவலை உருவி மாராப்பாகப் போட்டுக்கொண்டான். யாரைப் பார்த்தாலும் கூச்சம் பொங்கியது. இயல்பாய் பேச முடியவில்லை. ஒன்றுக்கு இரண்டுமுறை மாராப்பை இழுத்துவிட்டுக் கொள்ளத் தோன்றியது. அவன் அப்படி செய்தபோதெல்லாம் அம்மா அழுதாள். அப்பா அதிர்ந்து நின்றார். அண்ணா தலையிலடித்துக் கொண்டான். அக்கா பயந்து விலகினாள்.

எந்த ஜென்மத்து ஊழ்வினையால் இந்த விபரீத ஊனம் என்று தெரியவில்லை. புறங்கை மயிரும், உடைந்த குரலும், மேல் உதட்டு பூனை மீசையும் ஆணுக்குரிய அடையாளமாயிருக்க, அங்கங்களில் ஏற்பட்டிருந்த மாற்றமும், அதிகரித்திருந்த பெண் உணர்வும் பெண் என பறைசாற்ற நட்டநடுவில் இதுவுமின்றி அதுவுமின்றி கேலிக்கிடமாய் அவன் ஆனதற்கு யார் காரணம்? உயிர் செல்களில் எது குறைந்ததால் இப்படி ஆனது? எந்த சுரப்பி சரிவர வேலை செய்யாமல் இப்படி பழிவாங்கி விட்டது! விஞ்ஞான ரீதியாய் இதற்கு காரணம்தான் என்ன? இது அவன் தவறா, அவன் வேண்டி பெற்றுவந்த வரமா இது? இல்லையே! பின் ஏன் யாரும் புரிந்துகொள்ள மறுக்கிறார்கள்? எதற்காக அவனையே குற்றவாளி போல பார்க்கிறார்கள்?

அர்த்தநாரி குளித்துவிட்டு வந்தபோது சமையலறையில் குசுகுசுவென்று மாநாடு நடந்துகொண்டிருந்தது. அண்ணாவின் குரல் கொஞ்சம் உரக்கவே கேட்டது.

“இந்த பொட்டையை என்ன செய்யறதா உத்தேசம்?” அண்ணாவின் கேள்வி அர்த்தநாரியை அடியோடு உலுக்கியது.

பொட்டை...! எத்தனை குரூரமான வார்த்தை! இதே நிலை அவனுக்கு ஏற்பட்டிருந்தால்...? ஏன் அப்படி ஒரு கோணத்தில் சிந்திக்க மறுக்கிறார்கள்.

"என்னடா செய்யறது? அவனை எங்க விரட்ட முடியும்?" அம்மாவின் குரலில் சோகமிருந்தது.

"இப்பவே அக்கம் பக்கம் அரசல் புரசலா தெரிஞ்சுண்டு என்ன என்னன்னு கேட்க ஆரம்பிச்சாச்சு. அதை எங்கயாவது விரட்டிடறதுதான் நல்லதுன்னு தோண்றது."

"என்னடா சொல்ற நீ?" அம்மா பதறினாள். "அது இந்த வீட்டு குழந்தைடா, உன்னை மாதிரியே பத்து மாசம் சுமந்து பெத்திருக்கேன். நம்பளை விட்டா யாரிருக்கா அதுக்கு? எங்க போகும் அது?"

"எங்கயோ போகட்டும். இந்த மாதிரி பொட்டை ஜென்மம் எத்தனை இருக்கு! அங்கயே போய்த் தொலையட்டுமே! இதையெல்லாம் வீட்டுல வெச்சுக்கக் கூடாதும்மா. ஊர் சிரிக்கும். போக வர பொட்டைன்னு கூப்பிட்டு கேலி பண்ணும். அது நமக்குதான் அசிங்கம், இதை உறவுன்னு சொல்லிக்க எங்களால முடியாது."

"கடவுளே! என்னங்க, இவன் பேசறதைக் கேட்டீங்களா?" அம்மா, அப்பா உதவுவார் என்று நினைத்து அவரிடம் நியாயம் கேட்டாள்."

"இவன் சொல்றதும் சரிதாண்டி. மெதுவா அதுகிட்ட பேசி பம்பாய்க்கு அனுப்பிடுவோம். அங்க இது மாதிரி நிறைய உண்டாம். அவங்களோட போய் இருந்துக்கட்டும், அதுதான் நல்லது."

"மாட்டேன்! என்னால முடியாது. அது என் குழந்தை. நம்ம குழந்தை! நீங்களே இப்படி பேசினா எப்படி? இந்த விஷயத்துல அது பேர்ல என்ன தப்பு? அது குத்தமா இது? இது விதி! பெரிய விபத்து! இப்படி ஒரு ஊனம் ஏற்பட்டுடுத்து. அதுக்காக

வீட்டை விட்டு விரட்டிடறதா? அவன்தான் நிர்த்தாட்சண்யமா பாசமில்லாம பேசறான்னா நீங்களுமா?"

"பைத்தியக்காரி! இந்த ஊனத்துக்கு வைத்தியம் கிடையாதுடி. அது இந்த வீட்டுல இருந்தா இவனுக்கு யார் பொண்ணு கொடுப்பா? இதோ இவளை யார் கட்டிப்பா? இந்த அவமானம் நமக்குத் தேவையா சொல்லு."

"அம்மாக்கென்னப்பா தெரியும்? பெத்தவ இல்லையா? அப்படித்தான் பேசுவா. அதை எப்படியாவது பம்பாய்க்கு ரயிலேத்தப் பாருங்க."

"அய்யோ வேணாம்டா! இது மகாபாவம்டா" அம்மா தீனமாய் அலறினாள்.

"ஒரு பாவமும் இல்ல. இதை விபத்துன்னு நீதானே கொஞ்சம் முந்தி சொன்ன, விபத்துல செத்துட்டதா நினைச்சுக்கோ, சரியாய்டும்."

அர்த்தநாரி சட்டென்று நகர்ந்தான். எத்தனை அடக்கியும் முடியாமல் கதவடைத்துக்கொண்டு அழுதான்.

சாப்பாட்டுக்குப் பிறகு ஒவ்வொருவராக உத்யோகத்துக்குச் சென்ற பிறகு அம்மா அறைக்கதவை தட்டினாள். அர்த்தநாரி கண்களைத் துடைத்துக் கொண்டான்.

"அர்த்தநாரி, சாப்ட வாயேன்."

"எனக்கு பசியில்லை."

"எனக்கு பசிக்கறது. உனக்காகத்தான் நானும் சாப்டாம இருக்கேன். ஒரு வாய் வந்து சாப்டு."

"எனக்கு வேண்டாம், நீ சாப்டும்மா."

"நீ கதவைத் திற முதல்ல" அம்மா அதட்ட, அர்த்தநாரி எழுந்தான். மெல்ல தாள் விலக்கிக் கதவு திறந்தான். அழுதழுது அம்மாவின் முகம் சிவந்து வீங்கியிருந்தது. அர்த்தநாரி அந்த முகத்தைப் பார்க்க முடியாமல் தலைகுனிந்தான்.

"அழுதயா? நாங்க பேசினதெல்லாம் கேட்டயா?" அர்த்தநாரி பதில் சொல்லாமல் உதட்டைக் கடித்து துக்கத்தை அடக்கிக்கொண்டான்.

அம்மா திடீரென்று தன் வயிற்றில் ஓங்கி ஓங்கி குத்திக்கொண்டாள் "பாவி! இந்த வயிறுதானே உன்னை இப்டி பெத்துப் போட்டது!"

அர்த்தநாரி பாய்ந்து சென்று அவளைத் தடுத்து நிறுத்தினான். "இது நல்ல வயிறுதான். நல்லபடியா பிறக்காதது நா பண்ணின பாவம்!"

"நா என்னடா செய்வேன் அர்த்தநாரி! விதி உன்னை இப்படி ஆக்கிடுச்சே. இதெல்லாம் பார்த்தபடி நா இன்னும் உசிரோட இருக்கேனே பாவி!" அம்மா சரிந்து உட்கார்ந்து அழ, அர்த்தநாரிக்கும் கட்டுப்பாடு உடைந்து கண்ணீர் பெருக்கெடுத்தது. அம்மாவின் மடியில் விழுந்தான்.

"எனக்கு பயம்மார்க்குமா! என்னை அனுப்பிட வேண்டாம்னு சொல்லு. நா போக மாட்டேம்மா."

"மாட்டேன் கண்ணா! நா அனுப்ப மாட்டேன், உன்னைத் தவிக்க விட்டா, நா தாயே இல்லை! உனக்கு ஒண்ணுமில்லை பயப்படாத! லட்சத்துல ஒண்ணு, ரெண்டுபேருக்கு இப்டியாய்டறது. இதுக்கு என்ன காரணம்னு சொல்றது!"

"கை கால் முடமானாலோ, கண்ணு குருடானாலோ பரிதாபப்படறா. ஹிருதயத்துல ஓட்டை, கிட்னி ஃபெய்லியர்னா இரக்கப்படறவா இதை மட்டும் ஏன் இரக்கத்திற்குரியதா நினைக்க மாட்டேங்கறான்னுதான் புரியலை. உலகம் இதை கேலிக்குரியதா மட்டுமே நினைக்கறது."

"அந்த உலகம் நாசமாப் போகட்டும். உனக்கு நா இருக்கேண்டா அர்த்தநாரி, பழிக்கற உலகம் என்னைப் பழிக்கட்டும். நானும்தானே இதுக்கு காரணம்?"

அம்மா அவன் முதுகு தடவி ஆறுதல் சொன்னாள். வற்புறுத்தி சாப்பிட வைத்தாள்.

அந்தி சாயச் சாய ஒவ்வொருவராக வீடு திரும்பினார்கள். ஒவ்வொருவரையும் பார்க்கப் பார்க்க உடம்பு நடுங்கியது. அர்த்தநாரிக்கும் பயம் நெஞ்சையடைத்தது. தூக்குக் கயிற்றுக்கு முன் நிற்கும் கைதிபோல் காலோடு தலை இரத்தம் உறைவதுபோல் உணர்ந்தான். இரவுச் சாப்பாட்டுக்குப் பிறகு அப்பா அவனை அழைத்தார்.

“இந்தா... இது பம்பாய்க்கு டிக்கெட். இந்த கவர்ல உனக்கு வேணுங்கற பணமிருக்கு. அங்க உன்னை மாதிரி நிறைய பேர் இருப்பாங்க அவங்க கூட போய் இருந்துக்கோ. பெத்த கடனுக்கு மாசா மாசம் பணம் அனுப்பித் தரேன். நீ போய்ட்டு உன் விலாசம் எழுதி அனுப்பு. நா சொல்றது புரிஞ்சுதா?”

அர்த்தநாரி அம்மாவைப் பார்த்தான்.

“அவன் போக மாட்டான்.” அம்மா அழுத்தமாகச் சொன்னதும், அப்பாவுக்கு கோபம் வந்தது.

“நீ வாயை மூடு! உன்னைக் கேட்டேனா? அவன் போகத்தான் வேணும்.”

“அப்போ அவனோட நானும் போயிடறேன்.”

“உனக்கென்ன புத்தி பிசகிப்போச்சா?”

“நா சரியாதான் இருக்கேன். நீங்க எல்லாரும்தான் மிருகமாய்ட்டீங்க. மனுஷத் தன்மையை இழந்துட்டீங்க! இது அவமானம்னா இதுல உங்களுக்கும்தான் பங்கிருக்கு. விதை சரியார்ந்திருந்தா பயிரும் குறையில்லாம இருந்திருக்குமே! இப்படி ரெண்டுங்கெட்டானா ஏன் ஆச்சு?”

“என்னடி சொன்ன?” அப்பா பளாரென்று அறைந்தார். “பொட்டச்சி நாயே! எதிர்த்தா பேசற? என்னையேவா குத்தம் சொல்ற?” அவர் ஆத்திரம் அம்மாவின் உடலில் அடியாய் விழுந்தது. அண்ணாவும், அக்காவும் ஒரு பக்கம் நின்று

வேடிக்கை பார்க்க, அர்த்தநாரி துடித்துப்போனான். குறுக்கே புகுந்து அம்மாவுக்கு அரணாக மாறினான். அவரைத் தடுத்தான். அதற்குப் பிறகு அண்ணாவுக்கு எங்கிருந்தோ ஆவேசம் வர, பாய்ந்து வந்து அர்த்தநாரியைப் பற்றியிழுத்தான்.

“தடுக்கறயா? பொட்டை நாயே! உன்னாலதாண்டா அவ அடிவாங்கறா. இன்னும் ஏன் நிக்கற? போய்த் தொலையேன். இந்த வீட்டை சுடுகாடாக்கிட்டுத்தான் போவாயா?” அண்ணா அவனை பேய் மாதிரி உலுக்க, அர்த்தநாரி சட்டென்று அவனை உதறிவிட்டு அப்பாவிடமிருந்து டிக்கெட்டையும், பணத்தையும் பிடுங்கிக்கொண்டான்.

“நா போயிடறேன். அம்மாவை அடிக்கவேண்டாம்” அர்த்தநாரி தன் அறைக்குச் சென்றான்.

“வேணாண்டா அர்த்தநாரி போகாதே” அம்மா குரலெடுத்து கதறினாள்.

அந்த கதறல் கேட்க சகிக்காமல், அர்த்தநாரி கதவை சார்த்திக் கொண்டான்.

மறுநாள் இருட்டு பிரியாத வேளையில் அவன் புறப்பட்டான். அழுதழுது சோர்ந்துபோய்த் தூங்கிக்கொண்டிருந்த அம்மாவை எழுப்பி, அவளை இன்னும் அழவைக்க மனமின்றி, மானசீகமாக அவளிடம் விடை பெற்றான். சாமியறையில் தொங்கிக்கொண்டிருந்த தெய்வங்களிடம் வேண்டிக்கொண்டான். அம்மாவைப் பார்த்துக்கொள். அவளுக்கு அமைதியைக் கொடு! என் பிரிவில் அவள் வாடாமல் பார்த்துக்கொள். அவள் நினைவுகளிலிருந்து என்னை அழித்து விடு. அவள் சந்தோஷமாயிருக்கட்டும்.

தன்னந்தனியே ஒரு நீண்ட பயணத்திற்குத் தயாரானான் அவன். பார்வைக் கணைகளைத் தாங்கிக் கொண்டான். கிண்டல் கேலிகளை சகித்துக் கொண்டான். பம்பாய் வந்தான். அப்பா சொன்னதுபோல் அங்கே இவனைப்போல் நிறையபேர் இருந்தார்கள் எல்லோரும் வானத்தில் இருந்து விழுந்தவர்கள் அல்ல.

தாயின் கருப்பையில் வளர்ந்து, தொப்புள் கொடியறுத்து பிறந்தவர்கள்தான். இவனைப் போலவே விரட்டப்பட்டு அனாதையானவர்கள். எனவே இவன் வேதனை அவர்களுக்குப் புரிந்தது. காயம்பட்டவர்கள், இவன் காயத்துக்கு மருந்தானார்கள். இவனை அணைத்து ஆறுதல் சொன்னார்கள். அர்த்தநாரி அந்த புது வெள்ளத்தில் கரைந்தான். கலந்தான். ஊர் மறந்தது. பேர் மறந்தது. உறவு மறந்தது.

ஊர் இலேன் காணி இல்லை
உறவு மற்றொருவர் இல்லை

என்ற பாசுரம் நினைவுக்கு வந்தது. அம்மாவை மட்டும் மறக்க முடியவில்லை. அவள் கையால் உண்டு, அவள் மடியில் உறங்கும் ஏக்கம் மட்டும் அடிமனசில் படிந்திருந்தது.

ஒரு நல்ல நாளில் ஆபரேஷன் செய்துகொண்டு பெண் ஆனான். பெயர் மாற்றிக்கொண்டான். புடவை கட்டிக்கொண்டான். திருமணமும் ஆயிற்று. சொந்தமாக பீடா கடை வைத்தார்கள். வயிற்றுக்கு உண்ணும் அளவுக்கு வருமானம் கிடைத்தது. ஆனால் சமூகம் இவர்களை சுத்தமாக ஒதுக்கிவிட்டது என்ற உண்மை மட்டும் மனதை மிகவும் உறுத்தியது நிஜம். ஒரு சிலருக்கு இதுவே மனோவியாதியாகவும் ஆகிவிட்டது. அந்த மனோவியாதியால் சிலர் வக்கிரமாகியிருந்தனர்.

அப்படி மாறியவர்கள் நிறைய தவறு செய்தார்கள். பிறத்தியாரை முகம் சுளிக்க வைத்தார்கள். இதற்குக் காரணம் சமூகம். இந்த சமூகம் அவர்களை மனிதர்களாக மதித்திருந்தால், அவர்கள் தவறு செய்யத் தூண்டப்பட்டிருக்க மாட்டார்கள். அரசாங்கம் இவர்களுக்கென்று எதையும் செய்வதில்லை. அது அச்சடிக்கும் விண்ணப்ப படிவங்களில் இவர்களுக்கென்று எந்த இட ஒதுக்கீடும் கிடையாது. பாலினம் பற்றிய கட்டத்தில் ஆணா அல்லது பெண்ணா என்பது மட்டுமே கேட்கப்பட்டிருக்கும். இரண்டுக்கும் இடைப்பட்டு நிற்கும் இவர்களைப் பற்றி அரசாங்கத்துக்கு

எந்தவித பிரக்ஞையும் இல்லை. மொத்தத்தில் இவர்கள் பெற்றோரால் மட்டுமல்ல அரசாங்கத்தாலும் ஒதுக்கப்பட்டுவிட்ட அனாதைகள். சமூகத்தின் கண்களுக்கு கேலிச்சித்திரங்கள். இந்த நிலை என்று மாறும். அர்த்தநாரி மிகவும் கவலைப்பட்டாள்.

பீடா கடைக்கு ஒரு தினம் பீடா வாங்க வந்த உருவத்தைக் கண்டு அர்த்தநாரி வியந்தாள். அண்ணாவா, அண்ணாவா இது? உற்றுப் பார்த்தாள். அவனேதான்.

“ஏம்மா பீடாதானே கேட்டேன். ஏன் இப்படி முழிச்சு முழிச்சு பார்க்கற?” அண்ணா உடைந்த ஹிந்தியில் கேட்டான்.

“அது... அது...” அர்த்தநாரி தடுமாறினாள். அம்மாவைப் பற்றி அறியும் ஆவல் பீறிட்டது. கண்கள் பளபளத்து கண்ணீர் திரண்டது.

அந்த கண்ணீர் கண்டு அண்ணா மிரண்டான். அவளை உற்றுப் பார்த்தான்.

“நீ... நீ...” அவன் குரல் நடுங்கியது. எதுவோ புரிந்துவிட்ட அதிர்ச்சி! தோற்ற மாற்றம் ஏற்படுத்தியிருந்த திகைப்பு.

“நானேதான், அர்த்தநாரி.”

அண்ணா ஒரு கணம் பேச்சடைத்துப்போய் சிலையாய் நின்றான்.

“அம்மா எப்படியிருக்கா?” தோற்றம் மாறிய அளவுக்கு குரல் மாறவில்லை. கட்டையாக இருந்தது.

அண்ணா வானத்தை நோக்கி கையைக் காட்டினான். போய் ரெண்டு வருஷமாச்சு என்றான். அர்த்தநாரி துடித்துப்போனாள். பெற்ற தாய் இறந்தது கூடத் தெரியாமல்... எத்தனை துர்ப்பாக்கியம்!

“நீங்க எப்டி இங்க?” அழுகையை அடக்கிக்கொண்டு கேட்டாள். “அப்பா, அக்கா எல்லாரும் எப்டியிருக்காங்க?”

“அக்கா கல்யாணமாகி திருச்சில இருக்கா. அப்பா மெட்ராஸ்ல முதியோர் இல்லத்துல இருக்கார்.”

“முதியோர் இல்லத்துலயா? ஏன்... ஏன் நீங்க நல்லாதானே இருக்கீங்க?”

“என் பொண்டாட்டிக்கும், அவருக்கும் ஒத்து வரலை அதான்.”

“அந்த இல்லத்தோட விலாசம் கொடுங்க.”

“எதுக்கு?”

“என்னால அவரைக் காப்பாற்ற முடியும்.”

அந்த வார்த்தை ஏற்படுத்திய அவமானத்தில் அண்ணா தலைகுனிந்தான். விலாசம் எழுதிக் கொடுத்துவிட்டு புறப்பட்டான்.

“உங்க வீடு இங்க எங்க இருக்கு?”

“அந்தேரில. என் பெண்டாட்டிக்கு இந்த ஊர்தான். அவ பிடுங்கல் தாங்காமதான் வேலையை பம்பாய்க்கு மாத்திக்கிட்டு வந்தேன். மறுபடியும் மெட்ராஸ் போனாலும் போய்டுவேன்.”

“அவங்களை நா பார்க்கலாமா? பயப்படாதீங்க. நா யாருன்னு சொல்லிக்க மாட்டேன். ஒரு வேலைக்காரியா என்னைக் கூட்டிக்கிட்டு போங்க.”

அண்ணா அவளை ஊன்றிப் பார்த்தான். அவன் கண்கள் கலங்கியது. அருகில் வந்து அவள் கைகளைப் பிடித்துக்கொண்டான். “என்னை மன்னிப்பாயா அர்த்தநாரி?” என்றான் தழுதழுத்த குரலில்.

“நீங்க ஒரு தப்பும் செய்யலையே.”

“இல்ல. உன்னை விரட்டியடிச்சுட்டேன். அது எவளோ பெரிய தப்பு! நீ போனதும் அம்மா வயிறெறிஞ்சு பிள்ளைன்னு கூட பார்க்காம என்னை சபிச்சா. அவ சாபம் பலிச்சுடுச்சு அர்த்தநாரி.”

“நீங்க சொல்றது புரியலையே.”

“என் பிள்ளையை என்கிட்டேர்ந்து பிரிச்ச பாவி! உன் வம்சம் விளங்காம போகட்டும்னா அம்மா. அதே மாதிரி ஆய்டுத்து.

என்ன வித்தியாசம்னா அவ வம்சம் விளங்காம போகட்டும்னா எனக்கோ வம்சமே இல்லாம போய்டுத்து. என் பெண்டாட்டி என்னை பிரியப்போறா. விவாகரத்து கேட்டிருக்கா."

"கடவுளே ஏன்... என்ன காரணம்?" அர்த்தநாரி பதறினாள்.

"நா பொட்டையாம்!" அண்ணா திடீரென்று குலுங்கியழ அர்த்தநாரி சிலையானாள்.

———

11 உச்சி வெய்யில்

உச்சி வெய்யிலில் நிழல்கள் சுருங்கி சொந்தக்காரன் காலடியிலேயே சுருண்டுகொண்ட நேரத்தில்தான் எனக்கு மன்னார்குடி மாமாவின் ஞாபகம் வந்தது. இந்த ஞாபகம் எனக்கு இனி ஆயுள் தண்டனையாய் ஆகப்போகிறது என்று எனக்குள் ஏதேனும் அருள்வாக்கு பிறந்திருந்தால் வந்த வேகத்திலேயே அதை விசிறியடித்துவிட்டு நிம்மதியாய் மதியத் தூக்கத்தில் ஆழ்ந்திருப்பேன். இந்தக் கதைக்கும் அவசியமிருந்திருக்காது. ஆனால் விதி யாரை விட்டது?

மாமாவுக்கு மன்னார்குடியிலேயே ஒரு தனியார் மருத்துவமனையில் வைத்து கண் ஆபரேஷன் நடந்ததாக ஊருக்குப் போய்வந்த தூரத்து உறவு ஒன்று சேதி சொல்லிவிட்டுப் போய் ரொம்ப நாளாயிற்று. அது பற்றி மாமாவை விசாரித்து ஒரு நாலுவரி எழுதிப் போடவேண்டும் என்று எனக்குத் தோன்றியபோதெல்லாம், வேறு ஏதேதோ பணிகள் என்னை எழுதவிடாமல் தடுத்து விட்டன. ஆறு மாசமாய் நானும் முயன்று முயன்று தோற்றுவிட்டேன்.

சில நேரம் சும்மாயிருந்தால் கூட கார்டோ, கவரோ இருக்காது. மறுநாள் கார்டும், கவரும் வாங்கி வந்து எழுத ஆரம்பிக்கும் நேரத்தில் பேனாவில் இங்க் தீர்ந்திருக்கும். ஃபில்லர் எடுத்து மீண்டும் அதில் நிரப்பி எழுத சோம்பேறித்தனம் தடுக்கும். எடுத்து வைத்துவிடுவேன். இப்படியே பாதி நேரமின்மை, மீதி சோம்பேறித்தனம் என்ற காரணங்களால் மாமாவுக்கு கடிதம் எழுத இயலாமல் போய்விட்டது. மாமாவின் அதிர்ஷ்டமா என் துரதிருஷ்டமா என்று தெரியவில்லை.

ஒரு வழியாய் பள்ளிகளில் கோடை விடுமுறை தொடங்கி ருக்மிணியும், குழந்தைகளும் லீவைக் கழிக்க பாபநாசம் போய்விட்ட பிறகு வீடு ஹாவென்றிருந்தது. குழந்தைகளின் சண்டை சச்சரவில்லை. ருக்மிணியின் விரட்டல்களும், நையாண்டிப் பேச்சும் இல்லை.

ஊருக்கெல்லாம் ஞாயிற்றுக்கிழமை விடுமுறை என்றால், நான் வேலை செய்த தொழிற்சாலையில் எனக்கு திங்கட்கிழமைதான் விடுமுறை. சுற்றிலும் உலகம் ஞாயிற்றுக்கிழமை அசதியிலிருந்து விழித்து சுறுசுறுப்பாய் இயங்கும்போது நான் மட்டும் பொழுதுபோகாமல் வீட்டுக்குள்ளிருந்து வாசலுக்கும் மீண்டும் உள்ளுக்குமாய் நடந்து நடந்து நேரத்தைத் தள்ளும் நிலைமை.

ராயர் மெஸ் போய் காலையில் சுடச்சுட பொங்கலும் கொத்சும் வடையும் சாப்பிட்டாயிற்று. போரடித்தால் பசியும் அதிகமாகுமோ என்னமோ வாய் துறுதுறுவென்று எதற்கோ ஏங்க, பதினோரு மணிக்கே முருடீஸில் சுகமாய் சாப்பாடும் முடிந்து விட்டது. அத்தோடு வீட்டுக்கு வந்து ஒழுங்காய் தூங்கியிருக்கலாம். வாசல் திட்டில் உட்கார்ந்து தெருப்பசங்களின் கிரிக்கெட்டை சற்றுநேரம் வேடிக்கை பார்த்துக் கொண்டிருந்தேன். அம்பயர் கிடையாது. ஸ்டம்ப் கிடையாது. விக்கெட் கீப்பர் கிடையாது. எதிர்திசை பேட்ஸ்மேனும் கிடையாது.

சுவரில் கரிக்கோடு இழுத்து எந்த விதிமுறைக்கும் கட்டுப்படாமல் இஷ்டத்துக்கு அவர்கள் ஆடிய ஆட்டத்திலும்கூட ஏதோ ஒரு சுவாரசியம் இருக்கத்தான் இருந்தது. சற்றுநேரம்தான். பையன் ஒருவன் அடித்த பந்து விர்ரென்று ரஷ்ய ராக்கெட் வேகத்தில் மேலே பறந்து சென்று நாலு வீடு தள்ளியிருந்த மாடி வீட்டு ஜன்னல் வழியே ஒரு தடங்கலில்லாமல் சென்று அந்த வீட்டுக்குள் விழுந்தது.

அடுத்த நிமிடத்தில் அந்த ஜன்னலில் மிகவும் ரௌத்ரத்தோடு ஒரு அம்மாளின் முகம் தெரிந்தபோது தெரு காலியாகியிருந்தது. பையன்கள் மின்னல்போல் ஓடி மறைந்திருக்க, மருந்தடித்த தரைபோல் தெரு சுத்தமாயிருந்தது.

“எருமை மாட்டு ஜென்மங்க! தினமும் இதே வேலையா போச்சு. உப்பு போட்டு சோறு திங்கற ஜென்மம்னா திட்டினா உறைக்கும், பீ திங்கற பசங்க...” என்று மிகக்கடுமையாய் திட்டினபடியே அம்மாளின் முகம் ஜன்னலிலிருந்து மறைந்தது. பந்து பறிபோனதால் அதன்பின் பசங்கள் யாரும் வெளியே வரவில்லை. எதிர்வீட்டு வாசலில் கிட்டி மட்டும் ஒரு நப்பாசையோடு பந்து கிடைக்காதா என்ற ஆவல் கலந்த பார்வையை மாடி வீட்டு ஜன்னலில் பதித்தபடி நின்றிருந்தான்.

சாம்பனுக்கும், ஜானகிக்கும் கிட்டி ஒரே பிள்ளை, கருவேப்பிலை கொத்து மாதிரி! கிட்டி பிறக்க ஜானகி அனுஷ்டித்த விரதங்களும், செய்த பூஜைகளும் ஏராளம். பதினான்கு வருடம் வனவாசம் போல தன்னை வருத்திக்கொண்டு அவள் கட்டிக்காத்த விரதங்கள் வீண்போகாமல் கிட்டி ஒருநாள் அவள் வயிற்றில் உருவானான். சிறுகச்சிறுக வளர்ந்தான், நிறைய வலியையும், வேதனையையும் தாயாருக்குக் கொடுத்தபடி பிறந்தான். கிட்டி பிறந்ததிலிருந்து அவன் வளர்ச்சியை எதிர்வீட்டில் இருந்து பார்த்துக்கொண்டு வருகிறேன். துறுதுறுப்பு அதிகம். ஆனால் யார் வம்புக்கும் போகாத மனம். விளையாட்டுப் பிரியன். சாம்பன் தலையைக் கண்டால் மட்டும் புத்தகமும் கையுமாக படு சாதுவாக காட்சியளிப்பான்.

ஜானகியைப் படு சுலபமாக ஏய்த்து விடுவான். எப்போதேனும் பந்து எங்கள் வீட்டுக்குள் விழுந்துவிட்டால் மற்ற பசங்கள் அனைவரும் அதை வாங்கிவர கிட்டியைத்தான் அனுப்புவார்கள். கிட்டியின் முகம் பார்த்தால் ருக்மணியின் கோபம் பறந்துவிடும். “உம்மூஞ்சிக்காக இப்போ தந்துடறேன். இன்னோரு தரம் வந்து விழுந்துதோ...” என்று எச்சரித்துவிட்டுக் கொடுத்து விடுவாள்.

“ஏண்டா கிட்டி? லீவுக்கு எங்கேயும் போகலையா” என்று கேட்டேன். எதிர்வீட்டு வாசலில் நின்றிருந்த கிட்டியைப் பார்த்து.

“போகப்போறேன் மாமா” என்றான் கிட்டி. அவன் பார்வை என்னையும் பந்து விழுந்த ஜன்னலையும் மாறி மாறி பார்த்தது.

“எங்கடா போகப்போற? எப்போ போகிறாய்?”

“அடுத்த வாரம் மன்னார்குடி போறேன் மாமா. எங்கத்தை வீட்டுக்கு” என்றான் கிட்டி. அப்போதுதான் எனக்கும் மாமாவின் நினைவு சடக்கென்று வந்தது. மாமாவுக்கு ஒரு லெட்டர் எழுத வேண்டுமென்று தோன்றியது.

என் துரதிருஷ்டம் பேனாவில் இங்க் நிரம்பியிருந்தது. ஷெல்பில் கண்ணில் படும்படியாக இன்லண்டு கவரும் இருந்தது. உடனே மாமாவுக்கு கடிதம் எழுத உட்கார்ந்தேன்.

மாமாவுக்கு அநேக கோடி நமஸ்காரங்கள் ஷேமம். ஷேமத்திற்கு பதில் என்று சம்பிரதாயமாய் ஆரம்பித்து ஒரு கடிதம் எழுதி முடித்தேன். கடிதத்தை மடித்து ஒட்டினேன். எடுத்துக்கொண்டு வாசலுக்கு வந்தபோது செருப்பு படாரென்று அறுந்து போயிற்று. கொளுத்தும் வெய்யிலில் செருப்பில்லாமல் எப்படி போஸ்ட் ஆபீஸ் போவது? என்று நான் திகைக்கும்போதே எதிர்வீட்டில் கிட்டியின் தலை தெரிந்தது. பந்துக்காக மாடி வீட்டு ஜன்னலை பரிதவிப்போடு பார்த்தவனை பேர் சொல்லி அழைத்தேன்.

“என்ன மாமா?” என்றபடி ஓடிவந்தான்.

“ஒரு உபகாரம் செய்டா கண்ணா! இந்த லெட்டரை கொஞ்சம் போஸ்ட் ஆபீஸ்ல போய் போட்டுட்டு வந்துடறயா?”

“போய்ட்டு வரேன். ஆனா ஒரு ஹெல்ப்” என்றான் கிட்டி.

“என்னடா ஹெல்ப்...?”

“அந்த மாடி வீட்டு மண்டோதரிகிட்டேர்ந்து எனக்கு என் பந்தை வாங்கித் தருவேளா?”

“அது ஏண்டா? உனக்குப் புதுசா ஒரு பந்தே வாங்கித்தரேன்!”

“நிஜம்மா...?”

“நிஜமாதான். கொஞ்சம் இரு. இதோ வந்துட்டேன்” என்று உள்ளே போய்விட்டு ஒரு ஐந்து ரூபாய் தாளோடு நான் வாசலுக்கு வர, கிட்டி உள்ளே வேகமாய் வந்து “தண்ணிதாங்கோ

மாமா" என்றான். என்னிடம் கேட்டானே தவிர, தானே போய் பானையிலிருந்து மொண்டு இரண்டு டம்ளர் தண்ணீரை களக் களக்கென்று குடித்தான்.

"இந்தா வெச்சுக்கோ. போஸ்ட் ஆபீஸ் போய்ட்டு வர வழிலயே உனக்கு பிடிச்ச பந்தாப் பார்த்து வாங்கிக்கோ" என்று நான் ரூபாயை நீட்டினதும் அவன் முகத்தில் ஏற்பட்ட சந்துஷ்டி...! எந்த ஒரு ஓவியனின் தூரிகையாலும் வடிக்க முடியாத மலர்ச்சி!

ரூபாயை வாங்கிக்கொண்டு அவன் சிட்டாய்ப் பறந்து ஓடினான். அவன் பின்னால் நான் வாசலுக்கு மீண்டும் வந்தபோது தெரு ஹாவென்று ஆள் நடமாட்டமின்றி இருந்தது. வெய்யிலின் தகிப்பில் அத்தனை வீட்டு கதவும் தாழிட்டு மதியத் தூக்கத்தில் மக்கள் ஆழ்ந்து கிடந்தனர்.

நான் உள்ளே வந்து கட்டிலில் படுத்துக்கொண்டே முதல் நாள் லைப்ரரியிலிருந்து வாங்கி வந்திருந்த வார் அண்ட் பீஸை படிக்கத் தொடங்கினேன். (இது எத்தனையாவது முறை?)

படித்தபடியேயிருந்த என் கண் செருகியது. உள்ளுக்குள் இருட்டு தெரிந்தது. அது ஆழ்ந்த தூக்கமாய் தொடரும் சமயத்தில் தெருவில் ஒரே கூச்சல் குழப்பம். விருட்டென்று நான் எழுந்த வேகத்தில் மார் மீதிருந்த புத்தகம் லொட்டென்ற சத்தத்துடன் தரையில் மோதியது.

நான் வாசலுக்கு ஓடிவந்தேன். என்ன கூச்சல் குழப்பம்.

என்னடா ஆச்சு?

"கிட்டி கார்ல அடிபட்டு விழுந்துட்டானாம் மாமா" சொல்லிக்கொண்டே ஓடினான் ஒரு பையன். காலுக்கு கீழே தரை நழுவ நான் சுவற்றை கெட்டியாகப் பிடித்துக்கொண்டேன். கண்கள் இருட்டியது.

சற்றுமுன் பாலைவனமாயிருந்த தெரு முழுக்க பீதியும், இரக்கமுமாக ஜனக்கடல். கிட்டியா... கிட்டிக்கா...? என்ற புலம்பல்கள்.

என்னையும் மீறி நான் வெறிபிடித்தவன் போல் ஓடினேன். அப்போதுதான் கிட்டியை ஆம்புலன்ஸில் ஏற்றியிருந்தார்கள். தெரு முழுக்க ரத்த ஆறு. சிதைந்த மூளைத் திரள்கள். கிட்டி கிட்டி என்று என் உடம்பு நடுங்கியது. இதயம் உச்சஸ்தாயியில் அடித்துக்கொண்டது.

ஜானகியின் கதறல் வைகுண்டம் வரை கேட்கும் போலிருந்தது. ரத்தப்பெருக்கில் நான் கொடுத்த ஐந்து ரூபாய் நோட்டு நனைந்து ஊறி சொத்தென்று கிடந்தது.

“கிட்டி என் கண்ணே இங்க எதுக்குடா நீ வந்தே?” ஜானகி ஆம்புலன்ஸ் பார்த்து கதறிக்கொண்டே ஓடினாள்.

சுரீரென்று என்னை ஆயிரம் சாட்டைகள் தாக்கியது. நான்தான் அனுப்பினேன். ஜானகி என்று ஏன் என்னால் சொல்ல முடியாமல் நாக்கு மேலண்ணத்தில் ஒட்டிக் கொள்கிறது? லெட்டரை போஸ்ட் செய்த பிறகு விபத்து நேர்ந்ததா அல்லது போகும் வழியிலேயே அடிபட்டு விழுந்தானா? அப்படியானால் அந்த லெட்டர் அனைவருக்கும் காரணத்தைச் சொல்லிவிடும். அத்தனை பார்வைகளும் என்னை சுட்டெரிக்கப் போகின்றன. தெய்வமே நான் என்ன செய்வேன். எனக்கு ஏன் இந்தச் சோதனை? கத்தியால குத்தினால்தானா? கழுத்தை நெரித்தால்தானா? இதுவும் கொலைதானே?

பிணத்தை பாடையில் கட்டினபோது சத்தம்போட்டு அழுதுகொண்டே என் வீட்டுக்கு உள்ளே ஓடிப்போய் என் பிள்ளையின் பந்து ஒன்றைக் கொண்டு வந்தேன். “கிட்டி பந்து கேட்டயே! இந்தாடா எழுந்து விளையாடுடா... எழுந்து விளையாடுடா” என்று கதறியபடி பந்தை பாடையில் வைக்க அது உருண்டுபோய் அவன் காலடியில் நின்றது.

கொள்ளியிட்டுத் திரும்பின சாம்பனை கைத்தாங்கலாய் அழைத்துச் சென்றேன். “அந்தப் பக்கம் ஏன் போனான் கொழந்தை எதுக்குப் போனான்? கால்ல செருப்புகூடப் போட்டுக்காமன்னா போயிருக்கான்” என்று சாம்பனும், ஜானகியும்

மாற்றி மாற்றி அரற்றி அழுதபோது எனக்கு ஏற்பட்ட வலியை வார்த்தையில் வடிக்க இயலாது. எந்த வெய்யில் சூட்டுக்கு பயந்து நான் போகவில்லையோ, அதே சூட்டில்தான் கால் பதித்து ஓடியிருக்கிறான் குழந்தை.

நான்காம் நாளே மாமாவிடமிருந்து பதில் கடிதம் வந்துவிட்டது. அதன் பிறகுதான், லெட்டரை போஸ்ட் பண்ணிவிட்டு வெளியே வந்த பிறகுதான் காரில் மாட்டிக் கொண்டிருக்கிறான் கிட்டி என்று புரிந்தது. இனி பயமில்லை. யாரும் என்னை சந்தேகப்படப் போவதில்லை. தண்டனை யாராலும் எனக்குக் கிட்டாது. வருத்தம் ஒரு பக்கம் மண்டிக் கிடந்தாலும், என்னையும் மீறி இந்த விடுதலை உணர்ச்சியும் ஏற்படத்தான் செய்தது.

“விடுதலையா... உனக்கா...? சாட்சியில்லை என்றா நினைத்து விட்டாய்...? நானிருக்கிறேனே ஒரு சாட்சி.” என்று எதிரில் ஒரு உருவம் தெரிந்தது. “ஓஹோ நீயா... நீ எங்கே வந்தாய்? நீதான் ஊமையாயிற்றே? யாரிடம் போய் என்ன சொல்லமுடியும் உன்னால்...?”

“நான் ஊமை! உண்மைதான். என் பேச்சு பிறத்தியாருக்கு புரியாதுதான். ஆனால் எனக்குத் தெரியும் என்று உனக்கு தெரிந்தபின் உனக்கேது நிம்மதி...? உன்னை ஆட்டி வைக்க நானாயிற்று” என்று பெரிசாய் சிரித்தது. அது வெளியே அல்ல. உள்ளே... எனக்குள்ளே...! இனி நான் தப்பிப்பது கடினம். இது ஆயுள் தண்டனைதான் சந்தேகமேயில்லை.

——

வெளிச்சம் 12

கோயிலில் கூட்டம் குறைந்துவிட்டது. ஸ்வாமி, அம்மன் சந்நதிகள் அமைந்திருந்த மண்டபத்தில் கொடிமரத்தை ஒட்டி ஒரு தூணில் சாய்ந்து அமர்ந்திருந்தான் ரகு. மேற்கு வாசல் வழியே வந்த காற்று உடம்பை இதமாய்த் தழுவிச் செல்ல, சற்றே அண்ணாந்து மண்டபத்தின் மேற்சுவற்றிலிருந்த ஓவியங்களைப் பார்த்தான்.

மின் விளக்குகளின் ஒளியில் ஓவியங்கள் மிக அழகாய் தெரிந்தன. பிரகாரமே மின் விளக்கொளியில் பகல்போல் மாறியிருந்தது. அந்த வெளிச்சம்தான் அவன் அங்கு உட்காரக் காரணம். இந்த வெளிச்சம் வீட்டில் இல்லாததால்தான் வீடு பிடிக்காமல் போய்விட்டது. இந்த இருபத்தி ஒன்றாம் நூற்றாண்டிலும் மின்சார வசதி இல்லாத வீடு, இந்தச் சென்னை நகரில், அதுவும் மயிலாப்பூரில் ஒன்றே ஒன்றுதான் இருக்க முடியும். அதுதான் அவன் வீடு. அப்பா அந்த வீட்டிற்குக் குடிவந்து ஐம்பது வருடமாகிறதாம்! கோவில் வீடு. வாடகை குறைச்சல். வீட்டுக்காரரர் பிடுங்கல் இல்லை என்பதைத் தவிர அங்கு வேறொரு வசதியும் கிடையாது. நாலைந்து வைதீக பிராமணர்கள் வசிக்கும் சின்ன ஸ்டோர். அது குடைந்தெடுத்த பொந்துபோல் ஒவ்வொரு போர்ஷனும் சிறியதாக ஒரு நுழைவு கூடம், அதையடுத்து சிறிய அடுக்களை சகிதம் இருக்கும். தனியறை என்று எதுவும் கிடையாது. யார் வந்தாலும் முன்னறையில்தான் அமர வேண்டும்.

“மயிலாப்பூரில் அந்தப் பொந்துக்குகூட முன்னூறு, நானூறு என்று கறந்துவிடும் நல்லோர்கள் இருக்கும்போது, இந்த

பொந்துக்கு கோயிலில் அப்பா கட்டுவது வெறும் அறுபது ரூபாய்தான் என்பதால் விடாப்பிடியாய் இங்கே தபஸ் இருக்கிறார். இருந்துவிட்டுப் போகட்டும். ஆனால் காலம் முன்னேற முன்னேற அடிப்படை வசதிகள்கூடச் செய்துகொள்ளக் கூடாதென்பது என்ன பிடிவாதம்? அடுத்த கிரகத்திற்கே குடிபெயர ஆராய்ச்சி செய்யும் காலக்கட்டத்தில் இன்னும் மின்சார விளக்குக்கூட போட்டுக்கொள்ளாமல் இருந்த அவருடைய வீண்பிடிவாதம்தான் அவனுக்கு எரிச்சலாகவும், வேதனையாகவும் இருந்தது."

"படிக்க ரொம்ப கஷ்டமா இருக்குப்பா. ஃபேன் கூட வேண்டாம் அட்லீஸ்ட் ஒரு லைட்டாவது போடலாம்ப்பா" என்று கெஞ்சுவான்.

அப்பா அவனை முறைத்துப் பார்த்துவிட்டு வெற்றிலைச் சாறு வழிந்துவிடாமல் பேசுவார். "ம்! மொதல்ல லைட்டும்ப! அப்புறம் ஒண்ணொன்னா கேப்ப! எங்க காலத்துலல்லாம் அரிக்கன் லைட் வாங்கக் கூட வசதி கிடையாது எங்கப்பாட்ட. அகல் விளக்குதான் அங்கங்க ஏத்தி வைப்பா எங்கம்மா. ஒரு அரிக்கன் லைட்டு வாங்குன்னு கேட்ருப்பேனா எங்கப்பாட்ட? மொதலாவதா கரண்ட் கனெக்‌ஷன் எடுக்கறதுன்னா லேசா? அவனவனுக்கு லஞ்சம் கொடுத்து மாளுமா? இங்கென்ன கொட்டியா கிடக்கு. நா வைதீக பிராமணன்டா, கொள்ளக்காரன் இல்ல!"

வார்த்தைகள் அக்னிச் சரமாய்த் தாக்கும்.

சின்னச் சின்ன தட்சிணைகளாக அப்பா வாங்கும் சில்லறைகளே மர பீரோவில் ஒரு செப்பு குடம் நிறைய இருக்கிறது. அது தவிர, கல்யாணம், கருமாதி, பூஜைகள் என்று பெரிய பெரிய வரும்படிகளும் அதிகம்தான். தினமும் பாங்குக்குப் போய் பணம் போட்டுவிட்டு வருவது அவருடைய அன்றாட அலுவல்களில் ஒன்றாகிவிட்ட விஷயம். அப்படி இருக்கும்போது அப்பா எங்கு போய் கொள்ளையடிக்க என்று கேட்கிறார்.

"ஓஹோ! அந்த பிராமணனா? கைல இருக்கற பணத்தையெல்லாம், பாங்குல போட்டுட்டு என்னண்ட ஒண்ணுமே இல்லைன்னு கைய விரிச்சு காட்டி பஞ்ச வேஷம் போடறதுல மன்னனாச்சே!"

அப்பாவை மற்றவர்கள் இப்படி விமர்சிக்கும்போது அவனுக்கு அவமானமாயிருக்கும்.

“பாவம்ப்பா அம்மா! விடிகாலம்பற இருட்டுல அவ தடவித் தடவி காபி போடறதப் பார்த்தா கஷ்டமாயிருக்குப்பா. அவளுக்காகவானும் ஒரு நாற்பது வாட்ஸ் பல்பாவது போட்டாக்கூட போதும்பா” என்றான் ஒருமுறை.

வெற்றிலையைக் குதப்பிக்கொண்டு அவன் சொல்வது காதிலேயே விழாததுபோல் விசிறிக்காம்பால் முதுகு சொறிந்துகொண்டு பஞ்சாங்கத்தில் கிரக ஆராய்ச்சியில் ஆழ்ந்திருப்பார். பற்றிக்கொண்டு வரும் அவனுக்கு.

நாளாக ஆக, அப்பாவுக்கும், பிள்ளைக்கும் இதனாலேயே இடைவெளி அதிகமாயிற்று. விடலைப் பருவம் போய் வாலிப வயது வந்தபின், வீட்டின் இருள் இன்னும் அவமானத்தைக் கூட்டியது.

யாருக்காக இப்படி விழுந்து விழுந்து சம்பாதிக்கிறார்? அவனுக்காகத்தான் என்றால் அனுபவிக்க வேண்டிய வயதில் அவனை அனுபவிக்கவிடாமல் எதற்குப் பொத்தி பொத்தி வைக்கிறார். இருட்டிலேயே இருந்து இருந்து வயது கடந்தபின் வெளிச்சம் பார்த்தால் கண் கூசாதோ? இந்த இருட்டுக்குப் பயந்தே அக்காக்களும், அத்திம்பேர்களும் வருவதில்லை. இரண்டு பெண்களுக்குக் கல்யாணம் பண்ணிக் கொடுத்ததும் அப்பாவின் கஞ்சத்தனம் இன்னும் அதிகரித்துவிட்டது என்றுதான் சொல்ல வேண்டும். இத்தனைக்கும் அப்படி ஒன்றும் ஆஹா ஓஹோவென்று கல்யாணம் பண்ணிவிடவில்லை. அப்பாவின் அதிர்ஷ்டம் சம்பந்திகள் இருவரும் நல்ல மனிதர்களாக அமைந்துவிட்டதால், அப்பா கொடுத்ததுதான் சீராயிற்று, போட்டதுதான் நகையாயிற்று. எப்படியோ அக்காக்களுக்கு விடிந்து, வெளிச்சம் பார்க்கப் போய்விட்டனர். அவனுக்குதான் என்று வெளிச்சம் காண முடியுமென்று தெரியவில்லை.

எப்படியோ அவனும் தட்டிமுட்டி ஒரு பட்டம் வாங்கி, சின்னதாய் ஒரு உத்யோகமும் போகிறான். நல்ல உத்யோகம் கிடைத்தபாடில்லை. ஆயிரம் போட்டிகள்! திறமைகள்! போராட அவனுக்குத் துணிவுமில்லை. வளர்ந்தவிதம் காரணமோ என்னமோ அவனிடம் தன்னம்பிக்கையுமில்லை. அப்பாவுக்கு அடங்கி அடங்கி தைரியம் கரைந்து விட்டது. வெளி உலக பயம் அதிகரித்து விட்டது. இந்த உத்யோகம் போதும் இதுவே நிம்மதி என்று சில நேரம் தோன்றுகிறது.

அம்மாவால் இப்போது சுத்தமாய் வேலை செய்ய முடியவில்லை. தட்டிக்கொட்டி சமைக்கிறாள். சமையலில் ருசியும் இல்லை. ரசத்தில் ஒருமுறை பாச்சை மிதந்தது. என்னம்மா என்றால், “இருட்டுல என்ன விழறதுன்னு கண்டேன்! மூடி மூடிதான் சமைக்கறேன். உப்புப் போடற நேரம் விழுந்தா எனக்கு என்ன தெரியப் போறது?” என்றபடி ரசத்தைத் தொட்டிமுற்றத்தில் கொட்டிவிட்டு வருபவளைப் பார்த்தால் பரிதாபமாயிருக்கும். ஏற்கனவே இருட்டு. அதிலும் வயதான பிறகு பார்வை மங்கிப்போய்...! அம்மா மீது எந்தக் குற்றமும் இல்லை. அப்பாவுக்கென்ன? அவருக்குத் தினமும் ஆசார உபசாரத்தோடு விருந்தே கிடைக்கும்போது, வீட்டில் ரசத்தில் பாச்சை விழுந்தால் என்ன? பல்லி விழுந்தால்தான் என்ன கவலை! அவனுக்காவது ஒரு கல்யாணம் பண்ணி வைக்கலாம். அம்மாவின் பாரம் கொஞ்சம் குறையும். அடுப்படியிலிருந்து விடுதலை கிடைக்கும். அம்மாகூட ஒருமுறை ஜாடைமாடையாய் அப்பாவிடம் சொல்லிப் பார்த்துவிட்டாள்.

“க்கும். இவன் வாங்கற ஒன்றரையணா காசை நம்பி எவன்டி பொண்ணு குடுப்பான்? இல்ல பொண்ணு குடுன்னு நாந்தான் எப்படிக் கேக்கமுடியும்?”

வலிக்க வலிக்க வார்த்தைகளால் அடிப்பதைத் தவிர அவருக்கு வேறு ஒன்றுமே தெரியாதோ? எதற்கும் அஸ்திவாரம் பலமாயிருக்க வேண்டும். நல்ல உத்யோகம் கிடைக்க நல்ல படிப்புதான் அஸ்திவாரம். நல்ல கோர்ஸ் எடுத்து படிக்கத்தான்

இவன் ஆசைப்பட்டான். ஆனால் பணம் கட்ட அப்பா தயாராயில்லை. எனவேதான் வெறும் பி.ஏ. சரித்திரம் எடுத்து (அதுவும் தமிழில்) பாஸ் செய்தான். பிறகு எப்படி நல்ல உத்யோகம் கிடைக்கும்? அதற்கேற்ற திறமை இவனிடம் எங்கிருக்கிறது? ஏதோ இந்த உத்யோகம் கிடைத்ததே மேல். பேசாமல் வேதபாட சாலைக்கே போய் படித்து புரோகிதம் பண்ணப் போயிருக்கலாம் என்று இவனுக்கு இப்போது தோன்றுகிறது.

வர வர வீடு நரகமாகி விட்டது. எனவேதான் ஆபீஸிலிருந்து நேராய் கோயிலுக்கு வந்து உட்கார்ந்து விடுகிறான். இருட்டி வெகுநேரம் கழித்து, சாப்பிட்டுப் படுக்க மட்டும் வீட்டுக்குப் போவதை வழக்கமாக்கிக் கொண்டான். இரவில் கூட முற்றத்தில்தான் படுக்கை. ஏதோ கொஞ்சமானும் காற்று வருமே. மழைக்காலம் என்றால் அதுவும் முடியாது.

மணியானதை உணர்ந்து எழுந்து கொண்டான்.

கோபுரவாசலுக்கு வரும்போது எதிரில் பக்கத்து போர்ஷன் சந்துரு வேகவேகமாய் வந்தான்.

"நல்ல காலம் ரகு உன்னைக் கண்டுபிடிச்சுட்டேன். சீக்கிரம் வா. உங்கப்பாக்கு உடம்பு சரியில்லை. நெஞ்சு வலின்னு துடிச்சார். டாக்டர் ஆஸ்பத்திரில சேத்துடச் சொன்னார். உன்னைக் காணும், நாங்களே சேத்துட்டோம். ரமணிதான் சொன்னான் நீ இங்க இருப்பன்னு" மூச்சிறைக்கப் பேசினான்.

வீட்டில் இல்லாத மின்சாரம் திடீரென்று அவன் உடம்பில் ஓடியது. ஒருகணம் தடுமாறி நின்றவன் அடுத்த வினாடி தலைதெறிக்க ஓடினான். மூச்சு வாங்க இவன் உள்ளே நுழைந்தபோது அப்பா மூச்சு நிறுத்தியிருந்தார். சகலமும் வற்றிச் சுருங்கின நிலையில் அம்மா அவர் காலடியில் தலை சாய்ந்திருந்தாள்.

அடிவயிற்றிலிருந்து அவனையும் அறியாமல் ஏதோ ஒன்று வெளிக்கிளம்ப அலறிக்கொண்டே அவர் மேல் விழுந்தான்.

பதின்மூன்று நாள் காரியமும் பெட்ரோமாக்ஸ் வெளிச்சத்தில் நடந்தது. அப்பாவின் ஆஸ்தியான அந்த செப்புக்குடத்தைக் கொட்டி எல்லாருமாய் எண்ணினார்கள். மலைப்பாயிருந்தது. சில்லறையும் நோட்டுமாய் ஐந்தாயிரம் தேறியது. சில்லறைகளுக்கு அடியில் ஒரு துண்டு சீட்டில் அப்பாவின் கோணல்மாணலான கையெழுத்து.

“இது என் இறுதிச் செலவுக்கு ஆரம்ப காலத்திலிருந்தே நான் சேர்க்கும் பணம். எனக்காக நான் சேர்த்திருப்பது இவ்வளவுதான். மற்றவையெல்லாம் என் புத்திரனுக்கே சொந்தம்.”

மளுக்கென்று கண்கள் உடைந்தது. உண்மைதான். அவன் சம்பாதிக்கும் ஒண்றையணா காசில் என்ன செய்துவிட முடியும் அவனால்?

“எப்படியோ அப்பாவைக் கரையேத்திட்ட ரகு காரியமெல்லாம் சிரத்தையா பண்ணி ஜமாய்ச்சுட்ட!”

நானா? அவன் குறுகிப்போனான். செப்புக் குடத்தைப் பார்த்தான்.

“இனிமே மொத காரியமா வீட்டுக்கு லைட் போடுப்பா ரகு! ஆளாளுக்கு இதையே சொல்லிவிட்டுப் போனார்கள்.” அவனும் தீர்மானித்தான்.

கொஞ்சம் பணம் செலவழித்ததும் எல்லாம் நல்லபடியாக நடந்தது. எல்லாம் அப்பாவின் பணம்தான்.

மின் இணைப்பு கிடைத்தது. குழல் விளக்கு வாங்கி வந்து பொருத்தும்போது பகல் போய் இருள் சூழ ஆரம்பித்திருந்தது. ரகு ஸ்விட்ச்சைப் போட்டான். பளீரென வெளிச்சம் வீட்டிற்குள் பாலாய்ப் படர, வீடு முழுக்க ஒருதரம் கண்களை விரித்துப் பார்த்தான்.

அம்மா குப்புறப்படுத்துச் சுருண்டிருந்தாள். “அம்மா ஏந்து பாரேன் எப்படியிருக்கு வீடுன்னு! இனிமே நீ சிரமமே படவேண்டாம். ஏந்துரும்மா ஏந்து பாரேன்!”

அம்மாவின் உடம்பு குலுங்கியது. “நேக்கு வாண்டாம் ரகு! கண்ணைக் கூசறது. இருட்டுதான் பிடிச்சிருக்கு இருட்டுலதான் உங்கப்பா தெரியறார்!”

சுளீரென்று ஏதோ இதயத்தைத் தாக்க துடித்துப்போனான்.

அப்பா அமர்ந்திருக்கும் மூலையைப் பார்த்தான். வெறிச்சென்றிருந்தது, அமங்கலிப் பெண்ணைப் போல. விசிறியும், பஞ்சாங்கமும் அனாதையாய்க் கிடந்தன.

வெளிச்சத்திற்காக மனசு ஏங்கினபோது அப்பா அதை மறைத்தவாறு நின்றிருந்தார். இப்போது மறைப்பு நீங்கி வெளிச்சம் வந்ததும்...

ரகு எழுந்து போய் லைட்டை அணைத்தான். நெஞ்சுக் குழியில் துக்கம் பந்தாய் அடைக்க, இருட்டுக்குள் அப்பாவைத் தேடினான். அப்பா அமரும் மூலைக்குச் சென்று உட்கார்ந்து கொண்டான். அவனையுமறியாமல் கைகள் பஞ்சாங்கத்தையும், விசிறிக் காம்பையும் தடவிக் கொடுத்தது. தொண்டை உடைந்து அப்பாஆஆ என்ற ஒலியோடு அவன் அழுகை வீட்டை நிறைத்தது.

——

13 காட்டுப் பூணூல்

காலையில் எழுந்திருக்கும்போதே இடது கண் துடித்தது. ஆணுக்கு இடது கண் துடித்தால் நல்லதில்லை என்று கேள்வி. சாதாரணமாய் இதையெல்லாம் நம்புபவனில்லை நான். ஆனால் இன்றைக்கு என்னையும் மீறி இடது கண் துடித்தது கண்டு மனசுக்குள் துணுக்குற்றேன்.

அப்பாவுக்கும் எனக்கும் அடிக்கடி தகராறு வருகிறது. அப்பாவின் சில லாஜிக் எல்லாம் எனக்குப் பிடிப்பதில்லை. பழைய பழக்கவழக்கங்களில் அவருக்கு அதீத நம்பிக்கை. முன்னோர்கள் ஆரம்பித்து வைத்திருக்கும் ஒவ்வொரு பழக்கவழக்கத்துக்கும் விஞ்ஞான ரீதியாய் சம்பந்தமிருக்கிறது என்று வாதாடுவார். ஒரு சிலவற்றில் இருக்கலாம். என்னால் எல்லாவற்றிற்கும் ஒத்துப்போக முடியவில்லை. அவர் என்னை அடக்கி ஆள நினைப்பதாக எனக்குள் எரிச்சல் வந்தது. ஒரு பிள்ளை பெத்தேன் அது இப்படி அடங்காமத் தறுதலையா சுத்தணும்னு எனக்கு சாபம் போலருக்கு என்று அடிக்கடி வருத்தப்பட்டுக் கொள்வார் அப்பா.

அவருடைய கருத்துக்களுக்கு முரண்பாடான கருத்துக்களைக் கொண்டதனாலேயே எனக்குத் தறுதலை என்று பட்டம் கொடுத்துவிட்டார். நான் எதற்கும் கவலைப்படுவதில்லை.

பன்னிரண்டு வயதிலேயே அவருக்கும் எனக்கும் போர் மூள ஆரம்பித்து விட்டது. நான் படித்தது கிறித்தவப் பள்ளியில். ஒன்றிரண்டு ஹிந்து நண்பர்களைத் தவிர எல்லாரும் கிறித்தவர்கள். அந்த ஒன்றிரண்டு ஹிந்துக்களிலும்கூட என்னைப்போல் பார்ப்பனர்கள் எவருமில்லை. அதாவது என்

வகுப்பில் பார்ப்பன சம்பிரதாயங்களைக் கேலி செய்வதே என் நண்பர்களின் தலையாய வேலையாயிருந்தது.

ஒற்றையாய் என்னால் அவர்களை எதிர்க்க முடிந்ததில்லை. தவிர எங்கள் சமூகத்தினருக்கே இயல்பாக அமைந்துவிட்ட சகிப்புத்தன்மை எனக்கும் இருந்ததால் சகித்துக்கொண்டேன் அனைத்தையும். சம்பிரதாயங்களை மட்டுமே அவர்கள் கேலி செய்தனர். மற்றபடி அவர்கள் அனைவருமே நல்லவர்கள்தான். என்மீது சிநேகமும், பிரியமும் கொண்டவர்கள்தான் என்பதால் நான் இதுபோன்ற விஷயங்களில் அவர்களது போக்கை சகித்துக்கொள்ளத்தான் வேண்டியிருந்தது.

இதுபோன்ற சூழ்நிலையில் பன்னிரண்டு வயசில் எனக்கு உபநயனம் பண்ணப்போவதாக அப்பா சொன்னபோது எனக்கு கூச்சமாக இருந்தது. பூணூல் அணிந்துகொண்டு நண்பர்களின் கூடுதல் கேலிக்கு இலக்காக வேண்டிவருமோ என்று பயந்தேன். ஒரே பிள்ளை நான் என்பதால் மிகப்பெரிய அளவில் அதை நடத்தப்போவதாக அப்பா எல்லாரிடமும் சொல்லிக்கொண்டிருந்தார். இது நிச்சயம் என் நண்பர்களின் காதுகளை எட்டத்தான் செய்யும் என்று நினைத்தபோது எனக்கு அவமானமாக இருந்தது. பெரியவர் கவலை சிறியோருக்குப் புரியாது. சின்னவர்கள் கவலை பெரியவருக்கு நகைப்பான விஷயம். ஆனால் அந்தந்த வயதில் அவரவர் பிரச்சனை அவரவருக்கு பூதாகாரமாகத்தான் தெரியும். எனவே பூணூல் அணியும் பிரச்சனையிலிருந்து தப்பிப்பது எப்படி என்றுதான் நான் சாப்பாடு, தூக்கம் எல்லாம் மறந்து யோசித்தேன், அந்த வயதில். இறுதியில் ஒருநாள் அப்பாவிடம் நேருக்கு நேர் சொல்லியே விட்டேன்.

"எனக்கு இப்போ பூணூல் போடவேண்டாம்."

"ஏண்டா?"

"எனக்குப் பிடிக்கலை."

"ஏன்?"

“பிடிக்கலைன்னா பிடிக்கலை.”

“அதான் ஏன்னு கேக்கறேன்.”

நான் சற்றுத் தயங்கிவிட்டு, “ஸ்கூல்ல எல்லாரும் கேலி பண்ணுவா” என்றேன்.

“உங்க ஸ்கூல்ல எதைத்தான் கேலி பண்ணலை? இதுக்கெல்லாம் பயந்தா முடியுமா? இது எங்க சம்பிரதாயம்னு அவாகிட்ட சொல்லு. அவாள்ளாம் கோவில்ல ஞானஸ்நானம் பண்ணிக்கலையா? அது மாதிரி இது நமக்கு?”

அந்த வயசில் அப்பா சொன்னதில் உள்ள நியாயத்தை உணர்ந்துகொள்ளும் அறிவோ, பொறுமையோ எனக்கில்லை.

“நா போட்டுக்க மாட்டேன்னா மாட்டேன்” என்றேன் தீர்மானமாக. அப்பா ஊஞ்சலிலிருந்து எழுந்து வந்தவர் என்னைப் பளாரென்று கன்னத்தில் அறைந்தார். எனக்குப் பொறி கலங்கிப்போயிற்று.

“இந்த வயசுல இத்தனை திமிரா? பெரியவா சொல்றதுக்கு மறுபேச்சு பேசத் தெரியாம வளர்ந்தோம் நாங்கள்ளாம். உனக்கு நல்லது எது, கெட்டது எதுன்னு எங்களுக்குத் தெரியும். போய்ப் படிக்கற வழியப்பார். கணக்குல அம்பது, சயன்ஸ்ல நாப்பதுன்னு வாங்கறயே அதுக்கெல்லாம் கேலி பண்ண மாட்டாளா உன் சிநேகிதா?” என்று அவர் கேட்டதும், எனக்கு நாக்கைப் பிடுங்கிக் கொள்ளலாம் போல இருந்தாலும் அதையும் மீறி கோபமும், அவரை எப்படியாவது அழவைக்க வேண்டும் என்ற வெறியும்தான் எழுந்தது.

அன்று இரவு பத்து மணிக்கு மேல் அனைவரும் அசந்து தூங்கும் நேரம் பார்த்து நான் வீட்டைவிட்டு வெளியேறினேன். வெளியேறியவன் எங்கெங்கோ சுத்தி ஒரு பாழடைந்த கோயில் மண்டபத்தில் சென்று படுத்துக் கொண்டேன். மறுநாள் விடியும் முன்பே ஏதோ ஒரு பஸ்ஸில் ஏறினேன். அவ்வப்போது அம்மா கொடுக்கும் சில்லறைகளை செலவு போக உண்டியலில் போடும் பழக்கம் அன்று செலவுக்கு கைகொடுத்தது.

ஏதோ ஒரு ஊரில் இறங்கி கால்போன போக்கில் நடந்தேன். நடைபாதைக் கடைகளில் அரை வயிறும், கால் வயிறும் சாப்பிட்டேன். பஸ் ஸ்டாண்டு ஒன்றில் இரவு தூங்கினேன். ஒருநாள் தான், ஒரே ஒருநாள் தான். அதற்குள் என் உடுப்புகளிலும், தலையிலும் ஒரே புழுதியும் அழுக்கும் சேர்ந்துவிட்டது. மறுநாள் காலை பத்து மணியிருக்கும் இரண்டு போலீஸ்காரர்கள் கையில் மாட்டினேன்.

அப்பாவுக்கு இரண்டு மூன்று சப்-இன்ஸ்பெக்டர்களைப் பழக்கமுண்டு. அவர்கள் உதவியோடு அப்பா என்னை ரகசியமாகத் தேடியிருக்கார். அவர் அதிர்ஷ்டம் நான் உடனே சிக்கிவிட்டேன். வீட்டுக்கு வந்த என்னைக் கொல்லையில் வைத்து குடம் குடமாய் தண்ணீர் கொட்டி அழுதுகொண்டே குளிப்பாட்டினாள் அம்மா.

"ஏண்டாம்பி இப்படிப் பண்ணினே" என்று அவள் கேட்டபோது, "அப்படித்தான் பண்ணுவேன் பூணூல் போட்டா அப்படித்தான் பண்ணுவேன்" என்றேன் இன்னும் ஆக்ரோஷத்தோடு.

என் செய்கைகள் அப்பாவுக்கு அதிர்ச்சியளித்திருக்க வேண்டும். எனக்கு பூணூல் போடும் எண்ணத்தை அவர் அப்போதைக்கு கைவிட்டுவிட்டார். என்னிடம் அதிகம் பேசவோ, என்னை மிரட்டவோகூடப் பயந்தார்.

எனக்கு பதினாலு வயசாகும்போது அப்பா மீண்டும் உபநயனம் பற்றி பேச்செடுத்தார். நான் கிடுகிடுவென்று உடலால் மிகவும் உயர்ந்து விட்டதாலோ என்னமோ என்னைத் தன் அருகில் உட்கார வைத்துக்கொண்டு பவ்யமாய் ரொம்ப சிநேகமாய் பேச ஆரம்பித்தார்.

"பூணூல்ங்கறது ரொம்ப உசந்த விஷயம்டா அம்பி. பதினாறு வயசுக்குள், காமம் மனசல புகுந்துக்கறதுக்குள்ள பூணூல் போட்டுடனும்னு சொல்லுவா. பாகவதத்துல வாமனாவதாரம் எடுத்த அந்த நாராயணனுக்கு பூணல் போடறதை எவ்ளோ அழகா சொல்லியிருக்கு தெரியுமா? பிருஹஸ்பதி பூணலை எடுத்துக் கொடுக்க சூரியன் காயத்திரி மந்திரம் சொல்ல, மூஞ்சிக் கயிற்றை

கசியபர் இடுப்பில் கட்ட, பூமிதேவி மான்தோல் போர்த்த, தாயான அதிதி கௌபீனம் கட்ட, தேவதை குடை பிடிக்க, சப்தரிஷிகள் தர்ப்பை எடுத்துக் கொடுக்க, சரஸ்வதி ஜபமாலையும், குபேரன் பிக்ஷா பாத்திரத்தையும் கொடுக்க, உமாதேவி பிக்ஷையிட உபநயனம் ஆச்சுன்னு சொல்றது பாகவதம். பூணல் போட்டுண்ட ஒவ்வொரு குழந்தையுமே சாட்சாத் அந்த வாமனாவதாரம் மாதிரிதான்னு சொல்லுவா. உன்னை அந்தக் கோலத்துல பூரண தேஜஸோட பார்க்கணும்னு நாங்க ஆசைப்படறதுல என்ன தப்பு?"

"நூலது வேதாந்தம் நுண் சிகை ஞானம்"னு சொல்லுவா, பூணல் போட்டுண்டா நம்ம அகக்கண் திறக்கும்ங்கறதுதான் அதுக்கு அர்த்தம். காயத்திரி மந்திரம் பிரம்மச்சாரிகளுக்கு ரட்சை மாதிரி. அதை ஜெபிக்க ஜெபிக்க தேஜசும், அறிவும், ஐஸ்வர்யமும் கூடும். இப்பவே எல்லாரும் எங்களைக் கேக்க ஆரம்பிச்சுட்டா அம்பிக்கு இன்னும் பூணல் போடலையான்னு? இனிமேலும் நாள் தள்ளினா நன்னார்க்காது. நீ பூணல் போட்டுக்கணும் அம்பி. ஏற்பாடு பண்ணட்டுமா?" என்றார்.

அவர் பேசிய முறை எனக்குப் பிடித்திருந்தாலும்கூட பூணல் என்னும் வெள்ளை நூலால் அவர்கள் என்னை சிறையிடுவதாகத்தான் தோன்றியது. தினமும் இரண்டு வேளையும் மூக்கைப் பிடித்துக்கொண்டு சந்தியா வந்தனம் பண்ணிக்கொண்டு, யார் வந்தாலும் அபிவாதயே சொல்லி நமஸ்காரம் செய்துகொண்டு, இதெல்லாம் அர்த்தமில்லாததாக எனக்குத் தோன்றியது. முக்கியமாக பூணல் போட்டுண்டவன்னா ஒரு வேலையும் கிடைக்காது என்று நண்பர்கள் அடிக்கடி சொல்வதும் என் யோசனையைக் கிளறிவிட, இந்த முறையும் நான் பிடிவாதமாக மறுத்துவிட்டேன். அப்பாவின் முகம் பேயறைந்தது போலாகிவிட்டது. முடிவில்லா கவலை அவரை ஆட்கொண்டு விட்டாற்போல் உடலாலும், மனசாலும் தொய்ந்து போய்விட்டார்.

அதற்குப் பிறகு மேலும் நான்காண்டுகள் ஓடி நான் பிஸினஸ் மானேஜ்மெண்ட் படித்துக் கொண்டிருக்கிறேன். பன்னிரண்டு

வயசில் உள்ளதுபோல் இப்போது படிப்பில் சராசரி ரகமில்லை நம்பர் ஒன் என்று பேர் வாங்கியிருக்கிறேன். ஆனாலும் அப்பாவிடமோ, அம்மாவிடமோ ஏறுக்குமாறாக பேசுவது என்றால் எனக்கு பாயசம் சாப்பிடுவது மாதிரிதான். இப்போதெல்லாம் அப்பா என்னோடு அதிகம் பேசவே பயப்படுகிறார்.

இடது கண் இன்னும் துடித்துக் கொண்டிருக்க எழுந்து வெளியே வந்தேன். கூடம் பெருக்கி மொழுகியிருக்க நாலைந்து மணைக்கட்டைகள் சுவரில் சார்த்தி வைத்திருக்க, பித்தளைத் தட்டில் பஞ்ச பாத்திரத்தில் ஜலமும், தர்ப்பையும், எள்ளும் இருக்க ஓஹோ இன்று அமாவாசையா? அப்பா தர்ப்பணம் செய்யப் போகிறார். எனக்கு சிரிப்பு வந்தது. இதெல்லாம் அர்த்தமில்லாததாகத் தோன்றியது. சோபாவில் உட்கார்ந்து ஆங்கில நாளிதழைப் பிரித்து தலைப்பு செய்திகளை மேய ஆரம்பித்தேன்.

சாஸ்திரிகள் வந்தார்கள்.

அப்பா பஞ்சக்கச்சம் உடுத்தி தர்ப்பணம் செய்ய ஆரம்பித்தார். பூணல் இடமும் வலமுமாய் மாறிக்கொண்டிருந்தது.

பித்தளைத் தாம்பளத்தில் கிழக்கு மேற்காக தர்ப்பைகளை பரத்தி தெற்கு நுனியில் கூர்ச்சம் வைத்து, "ஆயாத பித்ர" என்று ஆரம்பித்து ஆவாஹனம் செய்து தர்ப்பணம் பண்ண ஆரம்பித்தார்.

நான் பார்த்துக் கொண்டிருப்பதைக் கண்ட சாஸ்திரிகள் "இதுக்கு அர்த்தம் தெரியுமாடா அம்பி? தெரிஞ்சுக்கோ! பூணல் இன்னும் போட்டுக்கலன்னா என்ன?" என்றவர். "இதுக்கு பேர் ஆவாஹனம்." பித்ருக்களை இந்த கூர்ச்சத்துல எழுந்தருளப் பண்ணணும். அப்பறம் ஆஸனம்! "தர்ப்பைகளே நீங்கள் என்னால் சேகரிக்கப்பட்டீர்கள். உன்னை என் பித்ருக்களுக்காக இங்கே பரத்துகிறேன். நீ அவர்களுக்குப் பஞ்சுபோல் ஆசனமாக இருன்னு சொல்றது." ஜலம் எதுக்கு விடறது தெரியுமோ? "ஏ ஜலமே! எல்லா சாரமும் உனக்குள்ள இருக்கு. என் பித்ருக்களுக்கு எது பிரியமோ அதுவாக நீ மாறி

அவாளை திருப்தி பண்ணு! பித்ருக்களே! எங்களுக்கு சந்ததியும், செல்வத்தையும் நீண்ட ஆயுளையும் அளித்துவிட்டுப் போங்கோ. உங்களுக்கு ஸ்வாஹான்னு சொல்லி நமஸ்காரம் பண்றேன். நீங்க திருப்தியடைஞ்சு உங்க இருப்பிடங்களுக்கு போகணும்." அவர் இன்னும் சொல்லிக் கொண்டேயிருக்க,

திடீரென்று என் உடம்பில் எதுவோ தலைமுதல் கால்வரை ஓடி என்னை ஆட்டிவைப்பதுபோல் தோன்ற நான் சட்டென்று அங்கிருந்து சென்றேன்.

அன்றைக்கு மாலை நான் வீட்டுக்கு வரவும், உள்ளேயிருந்து அம்மா பெரிசாய் கத்தியபடி வெளியே வரவும் சரியாக இருந்தது.

"அம்பி அம்பி பாருடா அப்பாவை வந்து பாருடா."

"என்னம்மா ஆச்சு? நான் பதறியபடி உள்ளே போக, அப்பா உடம்பு தொப்பலாக வியர்வையில் நனைய மாரைப் பிடித்துக்கொண்டு துடித்துக் கொண்டிருந்தார். ஹார்ட் அட்டாக்கா? குப்பென்று என் தொண்டைக் குழியை எதுவோ அடைக்க அவசரமாக ஆட்டோ அழைத்து வந்து அவரை ஆஸ்பத்திரிக்குத் தூக்கிப் போக, வழியிலேயே அப்பா செத்துப் போய்விட்டார் என்பது ஆஸ்பத்திரிக்குப் போய் டாக்டர் சொன்ன பிறகுதான் தெரிந்தது."

உடம்பில் உள்ள சக்தியெல்லாம் போய்விட்டாற்போல் உணர்ந்தேன். இரவு முழுக்க அப்பாவின் முகத்தையே பார்த்துக்கொண்டு பிரமை பிடித்தவன் போல் உட்கார்ந்திருந்தேன். மறுநாள் அவரை எடுப்பதற்கான ஏற்பாடுகளை சுற்றமும், சொந்தமும் செய்து கொண்டிருக்க,

"பிள்ளைக்கு பூணல் போட்டாச்சோ?" என்று சாஸ்திரிகள் கேட்க, அம்மா மெல்ல இல்லையெனத் தலையாட்டினாள்.

"அப்டின்னா காட்டுப்பூணல்தானா? ஹ்ம்! நீ கொடுத்து வச்சது அவ்ளோதானாப்பா இதுக்கப்பறம் ஊரைக்கூட்டி பிரும்மோபதேசம்

பண்ணிக்க முடியுமோ ஏந்துர்ரா அம்பி! நாழியாறது பார் எமகண்டத்துக்கு முந்தி சாரியம் ஆகணும்" சாஸ்திரிகள் என்னைத் தொட்டு உலுக்க, அதுநேரம் என் நெஞ்சுக்குள் முட்டி மோதிக்கொண்டிருந்த துக்கமும், துயரமும் படாரென்று அணை உடைந்து கிளம்ப, அப்பா ஆஆவென்று கதறியபடியே அவர்மீது விழுந்து புரண்டேன். "எத்தனை ஆசைப்பட்டாய்...! எத்தனை ஆசைப்பட்டாய்...!" என்று சொல்லிக்கொண்டே என் நெஞ்சிலும், முகத்திலும் மாற்றி மாற்றி அறைந்துகொண்டு அழுத என்னைத் தடுக்க அங்கு யாராலும் முடியவில்லை.

——

14 வதம்

ஊரிலிருந்து தந்தி வந்த சமயத்தில் சாரங்கன் வீட்டில் இல்லை. சாருதான் தந்தியை வாங்கி பிரித்துப் படித்தாள். சாரங்கனின் தந்தையின் மரணச் செய்தியைத் தாங்கி வந்திருந்தது அது. சாருவுக்கு ஒரு வினாடி கையும் ஓடவில்லை, காலும் ஓடவில்லை. பிறகு அவசரமாக கதவு பூட்டி கடைத்தெரு வந்து சாரங்கனுக்கு டெலிபோன் மூலம் தகவல் சொன்னபோது மறுமுனை ஒரு கணம் மௌனமாயிற்று.

ராத்திரி ரயிலில் புறப்பட்டார்கள். திடீர் ரயில் பயணம் கண்டு சாரங்கனின் பிள்ளைக்கு திகைப்பும், மகிழ்ச்சியும் ஏற்பட்டது.

“எங்கேப்பா போறோம்?”

“உங்க பாட்டி வீட்டுக்கு.”

“எதுக்குப்பா?”

“உங்க தாத்தா செத்துப் போய்ட்டாராம்.”

“செத்துப் போறதுன்னா என்னப்பா?”

நாலு வயதுப் பிள்ளையின் கேள்விக்கு என்ன பதில் சொல்வது என்று புரியாமல் திகைத்தான் சாரங்கன். குழந்தையாயிருந்த காலத்தில் இதே கேள்வியை அப்பாவிடம் அவனும் கேட்டிருக்கிறான்.

“செத்துப் போறதுன்னா என்னப்பா?”

“உசிர் போறதுக்கு பேர்தான் செத்துப்போறது.”

“எப்டிப்பா உசிர் போகும்.”

"காட்டறேன் வா" அப்பா அவனை அழைத்துக்கொண்டு தோட்டத்திற்குப் போனார். "அதோ பார் அந்த மரத்துல குருவிதானே அது?"

"ஆமாம்."

"பறக்கறதா அது?"

"ம்...! பறந்து பறந்துட்டு வந்து மறுபடியும் அங்கயே உட்கார்ந்துக்கறது."

"இப்போ பார்!" என்ற அப்பா அந்த வழியாய் போன பால்காரச் சிறுவனின் கையிலிருந்த கவணைக்கல்லைப் பிடுங்கி அந்தக் குருவியைக் குறிபார்த்தார். அடுத்த வினாடி குருவி தலைகீழாய் மண்ணில் விழுந்து, இறகு விரித்து துடித்து மல்லாந்து சாய்ந்து உயிரைவிட்டது.

"பார்த்தாயா? இப்போது அது அசங்கலை, பறக்கலை இதான் செத்துப் போறது!"

சாரங்கன் அப்பாவையும், செத்துக்கிடந்த குருவியையும், பயந்துபோய் மாறி மாறிப் பார்த்தான். அப்பா கவணைக்கல் தொடுக்காவிட்டால் குருவி மல்லாந்து விழுந்திருக்காது என்று அவனுக்குத் தோன்றியது. மரணம் என்பது எல்லாருக்கும் இப்படி நேராது என்றும் தோன்றியது. மரணத்தைப் பற்றி அப்பாவிடம் கேட்டதற்காக வருத்தப்பட்டான். தன்னால்தான் குருவிக்கு மரணம் நேர்ந்தது என்று நினைத்து வெகுநாள் தூக்கம் வராமல் தவித்தான். அந்த சம்பவத்திற்குப் பிறகு அப்பாவிடம் எதுவும் சந்தேகம் கேட்கவே பயந்தான். அந்த சம்பவம் பற்றி அம்மாவிடம் சொன்னபோது அவள் அவனை அணைத்தவாறு கண் கலங்கினாள்.

"என்னப்பா நான் கேட்டதுக்கு நீ பதிலே சொல்லலையே? பிள்ளை உலுக்க, சாரங்கன் நிகழ்காலத்திற்கு மீண்டான்."

"கண்ணா நீ இப்போ என்ன படிக்கற?"

"யூ.கே.ஜி."

"அடுத்த வருஷம்?"

“ஃபஸ்ட் ஸ்டாண்டர்டு போவேன். அப்பறம், அப்பறம் என்று அப்பா கேட்க பிள்ளையும் பதில் சொன்னான்.”

“அதே மாதிரிதான் கண்ணா. தாத்தா இந்த லோகத்துல எல்லாம் படிச்சு முடிச்சுட்டார். இப்போ வேற லோகத்துக்கு படிக்கப்போறார். அதுக்கு உடம்போட போகமுடியாது. அதனால கட்டையா இங்கயே உடம்பை விட்டுட்டு உசிர் மட்டும் படிக்கப்போகும். அதுக்கப்பறம் உடம்பு பிரயோஜனப்படாது. எரிச்சுடுவா!”

“தாத்தா படிச்சுட்டு திரும்பி வந்து உடம்பைத் தேடினா?”

“பஸ்ட் ஸ்டாண்டர்டு போனப்பறம் எல்.கே.ஜி.க்கு நீ திரும்பி வருவாயா?”

“அதெப்டி வருவேன்?”

“அதே மாதிரிதான். தாத்தாவும் திரும்பி வரமாட்டார். அவருக்கு புரொமோஷன் ஆகி மேல போய்ட்டார். நீ பெரியவனானப்பறம் இதைவிட விளக்கமா சொல்றேன் என்ன? இப்போ சமர்த்தா தூங்குவயாம் சரியா?”

பிள்ளை அதன்பிறகு தொந்தரவு செய்யவில்லை. சாரங்கன் ஜன்னலில் சாய்ந்து கொண்டான். காற்று முகத்தில் அறைந்தது. தந்திக் கம்பங்களும், மரங்களும் கரும்பூதங்களாய் ஓடி மறைந்தன.

“என்னடா செய்யற?”

“மரம் நடறேம்ப்பா.”

“மரமா? எங்கடா மரம்?”

“மரம்னா மரமில்லப்பா இதோ இதை விதைச்சா மரம் வருமாம். டீச்சர் சொன்னா. சாரங்கன் தன் பிஞ்சுக்கரத்தை விரித்துக் காட்ட, அதில் வேப்பங்கொட்டைகள் சில இருந்தன.”

“போய் உன் டீச்சர் வீட்டு வாசல்லயே நட்டு வைடா. அவளுக்குதான் இப்போ நிக்க நிழல் இல்லையாம். ஊர்ல எல்லாரும் பேசிக்கறா. அப்பா அவனை விரட்டியனுப்பினார். உடனே அழைத்தார்.”

“டேய் நில்லுடா... உங்க டீச்சர்கிட்ட சொல்லு எனக்கும் விதை விதைக்கத் தெரியும்னு. நா எப்போ வரட்டும்னு கேளு.”

சாரங்கன் அதன் அர்த்தம் புரியாமல் அப்படியே போய் டீச்சரிடம் கேட்டதும், அவள் முகம் சிவந்தது. கண் கலங்கியது. பொறுக்கி ராஸ்கல் என்று அவள் முணுமுணுத்தது சாரங்கனின் காதுகளில் விழுந்துவிட்டது.

“என்னடா சொன்னா உங்க டீச்சர்?”

“பொறுக்கி ராஸ்கல்னாப்பா. அப்டின்னா என்ன அர்த்தம்?”

அப்பா பல்லைக் கடித்தார். அவர் விழிகள் சிவந்து, தெறித்து விடும்போல் பிதுங்கியது. அதன் பின்னர் சில மாதங்களில் டீச்சரின் உடலில் மாற்றம் தெரிந்தது. டீச்சர் எப்போதும் அழுதாள். அவள் வயிறு பெரிதாகியது. சாரங்கனிடம் எரிந்து எரிந்து விழுந்தாள். நாசமாப்போறவன் மகனே என்றாள். டீச்சருக்கு ஆண் குழந்தை பிறந்தபோது அப்பா வெற்றிப் பெருமிதத்தில் சிரித்தார், டீச்சரைப் போய்ப் பார்த்தார். “எங்கே இப்போ சொல்லு, பொறுக்கி ராஸ்கல்னு?”

“பொறுக்கி ராஸ்கல்...!” டீச்சர் அழுத்தம் திருத்தமாக சொன்னதும், அப்பாவின் முகம் கறுத்தது. குழந்தை பிறந்த பதினைந்தாம் நாள் டீச்சர் தூக்குப் போட்டுத் தொங்கினாள். குழந்தை அனாதையாய்க் கதறியது. இப்போ இதை என்ன செய்ய என்று ஊர் கையைப் பிசைந்தது. அம்மா, அப்பாவிடம் கெஞ்சினாள். “அது உங்க பாவம். இன்னும் வேறு பாவத்தைக் கட்டிக்கணுமா. நா அதைக் கொண்டுவரப் போறேன்.”

“செருப்பு பிஞ்சுடும்! போய்ப்பாரு.”

“உங்களுக்கு இரக்கமேயில்லையா?”

“நிறைய இருக்கு அதனாலதான் உன்னை இன்னமும் வெச்சுண்டு குப்பை கொட்டறேன்.”

“இப்பவும் ஆட்சேபணையில்ல என்னை விட்ருங்கோ போயிடறேன்னுதான் சொல்றேன். பிடிவாதமா குப்பை கொட்றது நீங்கதான்?”

"எதிர்த்தா பேசற நாயே?" பளார் என்று அறைந்தார். அவளை தடுக்கப்போன சாரங்கன் முதுகிலும் நாலைந்து அடிகள் விழுந்தது.

ஏழைக்கு இரக்கம் அதிகம். ஒரு ஏழைதான் தன் நான்கு குழந்தைகளோடு ஐந்தாவதாக அந்தக் குழந்தையையும் வளர்த்தான். கொஞ்சநாள் தான். ஆறு வயதில் அது மீண்டும் அனாதையாயிற்று. பிச்சையெடுத்துப் பிழைத்தது. அப்பாவுக்குத் தெரியாமல் அம்மா அதற்கு அன்னமிடுவாள். அன்பில்லாத காரணத்தால் அது கொஞ்சம் புத்தி மந்தனாய் வளர்ந்தது. எப்போதும் சிரித்தது. எதற்கும் சிரித்தது. சிரிக்கும்போது டீச்சரைப் போலவே இருந்தது.

அப்பாவின் திமிரும், அட்டகாசமும் நாளொரு மேனியாய் வளர்ந்தது. சாரங்கனும், அசட்டு சுந்தரமும்கூட வளர்ந்தார்கள். சாரங்கனுக்கு பட்டணத்தில் வேலையாகி கல்யாணமும் ஆயிற்று. ஆனால் அப்பாவின் சுபாவம் மாறியதாகத் தெரியவில்லை. அம்மாவின் கடிதங்கள் அப்படித்தான் கூறியது. அப்பாவை விட்டுவிட்டு வரவும் மறுத்தாள் அவள். "உன் தலையெழுத்து அப்டின்னா நா என்ன செய்யமுடியும்? கஷ்டப்படு" என்று அழைப்பதை நிறுத்திவிட்டான் சாரங்கன்.

பிள்ளை பிறந்தபோது அப்பா பெயர் வைக்க சாரங்கன் விரும்பவில்லை. தொட்டிலுக்கு அப்பாவும், அம்மாவும் வந்திருந்தார்கள். சம்பந்தி மனிதர்களை அப்பா எகத்தாளமாய் பேசினார். காவேரித் தண்ணியின் நக்கலும், நையாண்டியும் தாங்கமுடியாமல் அவர்கள் மறுநாளே புறப்பட்டுப் போனார்கள், சாரு தனிமையில் அழுதாள்.

"எதுக்கு இப்டி எல்லார் மனசையும் புண்படுத்திப் பேசணும்? இதுல என்ன சந்தோஷம்? சாரங்கன் சுவற்றைப் பார்த்துக் கேட்டான். பதில் சொல்லாமல் அப்பா துண்டை உதறியபடி புறப்பட்டார். போகும்போதும் நெருப்பள்ளிக் கொட்டினாற்போல ஒரு வார்த்தை சொல்லிவிட்டுத்தான் போனார்."

“குழந்தைக்கு உன் ஜாடை துளிக்கூட இல்லை, நிமிஷத்திற்கு நூறுதரம் சாரு சாருன்னு சுத்தி வந்தானே அவ அத்தை பிள்ளை, அவனாட்டமா இருக்கு.”

சாரு காதைப் பொத்திக் கொண்டாள். அம்மா பதைபதைத்துப் போனாள். சாருவை அணைத்து சமாதானப்படுத்தினாள். சாரங்கன் சுட்டெரித்து விடுவதுபோல் அப்பாவைப் பார்த்தான்.

“சரிதான் வாடி...” அப்பா அம்மாவை இழுத்துக்கொண்டு போனார்.

அதற்குப்பிறகு நாலு வருடம் சாரங்கன் அவர் முகத்திலேயே விழிக்கவில்லை.

ரயில்விட்டு இறங்கி குதிரை வண்டி பிடித்துப் போனார்கள். அவனுக்காக அனைவரும் காத்திருந்தார்கள்.

அப்பாவின் உடம்பை வெறித்துப் பார்த்தான் சாரங்கன்.

“அடங்கும் வாழ்க்கையடா
ஆறடி நிலமே சொந்தமடா!”

பாவி எத்தனை ஆட்டம் ஆடி அடங்கியிருக்கிறாய்!

“எனக்கு விடுதலை கிடைச்சுடுத்துடா சாரங்கா!” அம்மாவின் கண்ணீரில் சோகத்தையும் மீறி கொஞ்சம் சந்தோஷமிருந்தது. இத்தனை வருட வெறுப்பில் முகிழ்த்த சந்தோஷம் அது. எந்தப் பெண்ணும் புருஷன் சாவுக்கு சந்தோஷப்படமாட்டாள். அம்மாவின் கஷ்டங்கள் அப்படி. சாரங்கன் அம்மாவைப் பரிவோடு அணைத்துக் கொண்டான்.

“இத்தனை வருஷத் தடை நீங்கிடுத்தும்மா, என்னோட நீ வர இனி யார் தடை?”

“இல்லடா சாரங்கா நா வரதா... இல்ல.”

“ஏம்மா...?” சாரங்கன் அதிர்ந்தான்.

“எனக்கு விடுதலை வாங்கிக் கொடுத்தவனை அனாதையா விட்டுட்டு நா எப்டிடா வரமுடியும்.”

“விடுதலை...? என்னம்மா சொல்ற?”

அம்மா எதையோ சுட்டிக்காட்டினாள். அவள் காட்டின இடத்தில் சுந்தரம் தெரிந்தான் அசட்டு சிரிப்போடு.

சாரங்கா வா நாழியாய்டுத்து யாரோ அழைக்க, சாரங்கன் அப்பாவின் காரியங்களைச் செய்யப் புறப்பட்டான். பெற்ற கடனுக்கு கொள்ளி போட்டான். இரவு அம்மாவிடம் அமர்ந்தான். “என்னம்மா சொல்ல வந்த நீ?” மெல்ல கேட்டான்.

அம்மா ஒரு கணம் எங்கோ வெறித்துப் பார்த்தாள். பிறகு சொல்லத் தொடங்கினாள்.

“உங்கப்பா இல்லையேன்ற தைரியத்துல பசின்னு வந்து நின்ன சுந்தரத்துக்கு சாதம் போட்டேன். அவன் பாதி சாப்டும்போதே வந்துட்டார் உங்கப்பா.”

“என்னடி இது...?”

“வந்து... பசிக்கறதுன்னான் அதான்...”

“அவனுக்கு வயத்துப்பசி. உனக்கெந்தப் பசி...? உன் பசிக்கு அவன் இரையா? அதுக்குதான் அவன் பசிக்கு சாதம் போடறயா முதல்ல?”

“கடவுளே...!” துடித்துப் போனாள். எந்த ஜென்மத்தில் என்ன பாவம் செய்தேன் என்று இப்படி ஒரு வக்ரத்தை புருஷனாகக் கொடுத்தாய் ஈஸ்வரா?

“என்னடி மாய்மாலம் பண்ற?”

அப்பா அவளை இழுத்துப்போட்டு கண்மண் தெரியாமல் அடிக்க ஆரம்பித்தார். சுந்தரம் அவர் அடிப்பதையே பார்த்தான்.

அவன் முகத்தில் சிரிப்பு மறைந்தது. உதட்டைக் கடித்துக்கொண்டான். முகம் கோணலாகியது. வெளியே ஓடினான்.

கடைசியில் ஒரு கவணைக்கல்தான் அவர் உயிரைக் குடித்திருந்தது. பிணத்தின் நெற்றிப்பொட்டில் பார்த்த காயம் நினைவுக்கு வந்ததும் சாரங்கனின் உடம்பு சிலிர்த்தது.

——

15 இலக்கு

மைதானம் பரந்து விரிந்திருந்தது. அதைப் பார்த்ததுமே குப்பென்று நரம்பு செல்களில் உற்சாகம் பீறிடத் தொடங்கியது. குணசேகரன் மட்டையும் கையுமாக முதலில் தென்பட்டான்.

“ஏண்டா தயா! மணி என்னாச்சு பார்த்தாயா? அரைமணி லேட் நீ” குணசேகரன் குற்றம் சாட்டினான்.

“சாரிடா”

“சரி சரி, வா”

உள்ளே நிறையபேர் குழுமியிருந்தார்கள். பவுண்டரி லைனுக்கு வெளியே படித்த, பாமரர்கள் என்று பெரியவர்களிலிருந்து சிறுவர்கள்வரை ஒரு நூறு பேருக்குமேல் நின்றிருக்க உடம்பு குப்பென்று வியர்த்தது. பயமா? எனக்கா? ஆச்சரியம்தான். ஏன் என்னாயிற்று எனக்கு?

“பார்த்து விளையாடு தயா! இது உனக்கு ஒரு டர்னிங் பாய்ண்ட்ங்கறதை மறந்துடாதே. ஸ்டேட் லெவல்ல உன்னை செலக்ட் பண்ணக்கூடும். கமிட்டி மெம்பர்ஸ் நிறையபேர் வந்திருக்காங்க. நீ லேட்டா வந்தது அவங்களுக்கு பிடிக்கலை. நாங்க எப்படியோ சமாதானப்படுத்திட்டோம். உன் விளையாட்டுல அந்த கோபம் மறையணும்” குணசேகரன் சொன்னபோது இன்னும் அதிகமாய் வியர்த்தது.

நண்பர்கள் ஒவ்வொருவராய் கைகுலுக்கி வாழ்த்திவிட்டுப் போனார்கள்.

“இன்னிக்கு மட்டும் நீ என்ட்ரன்ஸ் எக்ஸாம் போகாம மாட்ச்சுக்கு போன... பிள்ளைன்னு பார்க்க மாட்டேன்! வெட்டி சாச்சுடுவேன்!”

காதருகில் அப்பாவின் மிரட்டல் எதிரொலித்தது.

டாஸில் அவனுக்கே வெற்றி கிட்டியபோது நல்ல சகுனமாய்த் தெரிந்தது. அவன்தான் கேப்டன். கேப்டனே லேட்டாய் வரலாமா என்ற கோபம் தெரிந்தது கமிட்டி மெம்பர்கள் முகத்தில்.

தப்புதான், என்ன செய்ய? அப்பா அவன் கூடவே வந்து எக்ஸாம் ஹால்வரை கொண்டு விட்டுவிட்டுப் போக, அதன்பிறகு அங்கிருந்து புறப்பட்டு பாதி பஸ்ஸிலும், மீதி ஆட்டோவிலுமாய் பிரயாணித்து வந்ததில் அரைமணி லேட்டாகி விட்டது.

மாட்ச் ஆரம்பமாயிற்று.

எதிரணியின் மித வேகப்பந்து வீச்சாளர் கிருபா, முதல் பந்தை வீசினான். ஆஃப் சைடில் மட்டையில் படாமல் போக எக்ஸ்ட்ரா ஒன்று என்பதோடு கணக்கு ஆரம்பமாயிற்று.

அடுத்த பந்து வேகமாய் வாகாக வந்தது. சற்றே மண்டியிட்டு மட்டையை சாய்த்து வலது பக்கமாய் ஓங்கி அடித்தான். சரியான அடி. கை தட்டல் ஒலியோடு பந்து எவர் கையிலும் சிக்காமல் மேலே பறந்து சென்று பவுண்டரி லைனைத் தாண்டியது.

சிக்ஸர்...!

“வெரி குட் தயா!”

கமிட்டி மெம்பர்கள் நிமிர்ந்து உட்கார்ந்தனர். கூர்ந்து கவனிக்க ஆரம்பித்தனர்.

அவசரப்படாமல் முந்திரிக்கொட்டைத்தனமின்றி ஒவ்வொரு பந்து வரும் முறையினையும் க்ஷண நேரத்தில் கணித்து தேவைப்பட்டால் அடித்து, இல்லையேல் அதைத் தடுத்து நிறுத்தி... மிக அழகாய் விளையாடினான் தயா.

எழுபத்தி எட்டாவது ரன்னில் மிட் ஆனில் நின்றிருந்த பாஸ்கரிடம் காட்ச் கொடுத்து அவுட்டானான். பத்து பவுண்டரியும், ஒரு சிக்ஸரும் அடித்த அவனது திறமையைக் கண்டு கரவொலி விண்ணைப் பிளக்க பெவிலியன் திரும்பினான் தயா.

'நல்லா ஆடறான்! டெக்னிக் தெரியுது, பரபரப்பு இல்லை. தீட்சண்யமா பந்தை கவனிச்சு மட்டையை சுழட்டறான். சிக்ஸரும், பவுண்டரியும் அடிக்கற வலு இருக்கு. தேறிடுவான், நல்லா கோச்சிங் குடுத்தா பிரமாதமா ஷைன் பண்ணுவான். இந்திய அணிக்கு ஒரு திறமைசாலி கிடைக்கக்கூடும்.' கமிட்டி மெம்பர்கள் தங்கள் எண்ணங்களை ரகசியமாகப் பரிமாறிக் கொண்டனர்.

தனிப்பட்ட முறையில் தயா உயிரைக் கொடுத்து விளையாடினாலும்கூட அந்த ஒருநாள் மாட்ச்சில் அவன் அணி தோற்றது. இரண்டே ரன் வித்யாசத்தில்தான் தோற்றது.

கமிட்டி மெம்பர் ஒருவர் அவன் கைகுலுக்கி முதுகில் தட்டி பாராட்டினார். "டீம் தோத்துடுச்சுன்னு வருத்தப்படாதே தயா! எங்க செலக்ஷன்ல நீ ஜெயிச்சுட்ட! ஸ்டேட் டீம்ல உன் பேரைச் சேர்த்துட்டோம். வர ரஞ்சி டிராஃபில நீ ஆடப்போற! வாழ்த்துக்கள்! விரைவில் எழுத்து மூலமா உனக்கு உத்தரவு வரும்."

தயா விண்ணில் கலர் கலராய் வாணங்கள் சிதற பறந்தான். இந்த சந்தோஷத்தை எப்படி அனுபவிப்பது என்று தெரியாமல் திகைத்தான்.

"தயா ஸ்வீட் குடுடா!"

"கங்கிராட்ஸ் தயா."

"ஸ்டேட் லெவல் போறாது தயா. நீ அதுக்கும் மேல போகணும். இந்தியாவுக்காக ஆடணும், உலகம் பூரா உன் பேர் முணுமுணுக்கணும்."

நண்பர்கள் அவனை அலாக்காகத் தூக்கிக்கொண்டு மகிழ்ச்சியைப் பரிமாறிக் கொண்டார்கள். அத்தனை மகிழ்ச்சிக்கும்

இடையில் அப்பாவின் கோபமான முகம் விஸ்வரூபமெடுத்து அவனை நடுங்கச் செய்தது.

அப்பாவை சமாதானப்படுத்த வேண்டும். பதினாறு வயசில் டெஸ்ட் மாட்ச் ஆட ஆரம்பித்துவிட்ட சச்சினை உதாரணமாகக் கூற வேண்டும்.

பயம் ஒருபுறம், சந்தோஷம் மறுபுறமாக வீட்டுக்குத் திரும்பினான். வாசலிலேயே நின்றிருந்தார் அப்பா. கண்களில் கருநாகம் படமெடுத்து சீறியது.

“பரீட்சை எப்படி எழுதின?”

“அப்பா... நான்”

பளாரென்று ஒரு அறை விட்டார். பொறி கலங்கியது. காதில் ஙொய் என்று சத்தம் கேட்டது.

அடித்ததுகூட வலிக்கவில்லை. அடுத்த வீட்டு, எதிர்வீட்டு டீன் ஏஜ்கள் பார்த்துவிட்ட வலிதான் அதிகமாயிருந்தது. உள்ளே வந்து அடித்திருக்கலாம், வாசலிலேயே நிற்கவைத்து அடித்தது மகா ஈனத்தனம். எத்தனை பெரிய பெருமையைச் சுமந்துகொண்டு வந்திருக்கிறான்! அதன் அருமை பெருமை புரியாதவர்களை நினைத்து அழுகை வந்தது உதட்டைக் கடித்து அடக்கிக் கொண்டான், வேகமாக உள்ளே சென்றான்.

“எனக்கு ஸ்டேட் லெவல்ல விளையாடும் தகுதி கிடைச்சிருக்கு.”

“செருப்பால அடிப்பேன்! நா சொல்றதைக் கேட்டு இருக்கறதுன்னா இங்க இரு. இல்லன்னா எங்கயானம் தொலைஞ்சு போய்டு. வாயும், வயிறும் காயும்போதுதான் எங்க அருமை தெரியும்.”

அவர் சொல்லிவிட்டாலும் பட்டென்று வெளியில் இறங்கிப் போகும் துணிச்சலான வயது அவனுக்கில்லை. பதினாறு வயசுக்கு பயம் அதிகமிருந்தது.

இரவு அம்மாவிடம் மன்றாடினான். “நீ சொல்லும்மா! நீ சொன்னா அவர் கேப்பார் சொல்றயாம்மா?”

“எனக்கு என்னப்பா தெரியும்? என் பேச்சுக்கு என்னைக்கு அவர் மரியாதை குடுத்திருக்கார்?”

அண்ணனிடம் ஓடினான்.

“அண்ணே நீங்களாவது...”

“படி தயா! அது முக்கியம். இந்திய அணி வரைக்கும் உன்னால போக முடியும்னு நம்பறயா? அதுக்கெல்லாம் அதிர்ஷ்டமும் வேணும்டா. தமிழ்நாட்டுல திறமைசாலியா இல்லைன்ற? நம்மளவன் சிக்ஸரடிச்சா மாலை போடுவான். டக்கடிச்சா அடுத்த மாட்ச்சுல கழட்டி விட்டுருவான் வெங்கட்ராகவனுக்கப்பறம் ஸ்ரீகாந்த்தான். வேற யாராச்சும் நிலைக்க முடிஞ்சுதா பாரு. திறமை இல்லன்றயா? அதெல்லாம் இல்ல! சௌத்துன்னா இளக்காரம். இட்லி, தோசை தின்ற பசங்க அடிச்சு ஆடுவாங்களான்னு இளப்பம். உன்னால முடியாது. தயா! இருக்கறதை விட்டுட்டு பறக்கறதுக்கு ஆசைப்படாதே. அனாவசியமா உன் கேரியரை வேஸ்ட் பண்ணிக்காத. இதுவுமில்ல அதுவுமில்லன்னு உன் எதிர்காலத்தை இருட்டடிச்சுக்காத. அப்பா சொல்றபடி கேளு” அண்ணன் நீளமாய் அறிவுரை வழங்கிச் செல்ல, சர்வமும் இழந்துவிட்டதுபோல தளர்ந்து போனான் தயா.

தூக்கமின்றி இரவு கரைந்தது.

முதல் மாட்ச் பம்பாயில் என்று தீர்மானமாயிற்று.

“இந்த ஒருமுறை மட்டும் ஆடிடறேம்ப்பா” கெஞ்சினான்.

“என் பொணத்தை தாண்டிப் போய்தான் நீ விளையாட முடியும், பெரிய என்ஜீனியராக்கிப் பார்க்கணும்னு ஆசைப்பட்டேன். என்ட்ரன்ஸ் எக்ஸாம் எழுதாம அந்த ஆசைல மண்ணை வாரிப் போட்டாச்சு. பீகாம் சீட் வாங்கிட்டேன். ஒழுங்கா படிக்கற வழியைப் பாரு.”

தயா சிந்தித்தான். ஏதாவது ஒரு முடிவு எடுக்கவேண்டும். அப்பாவின் கண்டிப்புகூட ஒருவகை பாசம்தான். கட்டுப்பட்டால் அவர் சந்தோஷப்படுவார். முதுகு தடவிக் கொடுப்பார். ஆனால் அது வலிக்கும். வீட்டுக்கு மட்டும் பிள்ளையாயிருக்கவா பிறந்தேன்... அதற்கா இந்தத் திறமையை எனக்கு கொடுத்தான் இறைவன்...

பாசத்துக்குக் கட்டுப்பட்டு அப்பாவை சந்தோஷப்படுத்துவதைவிட, இந்த நாட்டு மக்களை சந்தோஷப்படுத்துவது முக்கியமில்லையா? தயா யோசித்தான்.

நாட்டுக்கு ஏதாவது செய் தயா! உன்னால் முடிந்ததைச் செய்.

என்ன செய்யட்டும்?

உன்னால் ஒரு விஞ்ஞானியாய் ஆக முடியுமா?

முடியாது.

ராணுவத்தில் சேர்ந்து படைத்தளபதியாகி நாட்டுக்காக ரத்தம் சிந்துவாயா...?

'ம்ஹூம். அதற்கேற்ற உடலமைப்பு எனக்கில்லை.'

அரசியல் மூலம் ஏதேனும் செய்வாயா?

நிச்சயம் முடியாது.

சங்கீதம்...?

வராது.

இந்தியாவின் சிறந்த கவிஞனாய் இலக்கியம் படைத்து நோபல் பரிசு பெற்று இந்நாட்டிற்கு பெருமை சேர்ப்பாயா?

இலக்கியத் திறமை எனக்கேது?

பிறகு...? பிறகு என்னதான் செய்யப் போகிறாய் இந்த தேசத்திற்கு? உனக்குத் தெரிந்ததுதான் என்ன?

எனக்கு கிரிக்கெட் தெரியும். அதன் நுணுக்கங்கள் தெரியும். சதம் அடிக்கும் திறமையும் நம்பிக்கையுமிருக்கிறது. எதிரணியின்

அசைவைக் கணித்து விளையாடும் சாதுர்யம் எனக்கிருக்கிறது. விக்கெட் வீழ்த்தும் வீரமிருக்கிறது.

அப்புறம் ஏன் தயக்கம்? இத்தனை திறமையும், நம்பிக்கையும் இருக்கும்போது எதற்குத் தயங்குகிறாய்? இந்த நாட்டின் பெருமையை உயர்த்த இது போதுமே! யாருக்காக இப்படி முடங்கிக் கிடக்கிறாய்...?

என் குடும்பம். என் அப்பா...

விட்டு விடு...! உதறி விடு... இலக்கு இதுதான் என்று தீர்மானித்து விட்டால் எதிரே நிற்பது யாரானாலும் கவலைப்படாதே. உன் கடமை நாட்டுக்குப் பெருமை சேர்த்தல். அதற்காக உன் தந்தையோடு யுத்தம் புரியவும் தயங்காதே. குருக்ஷேத்திரப் போர்தான் இதுவும். உன்பக்கம் தர்மமிருக்கிறது. நீ ஜெயிப்பாய்! உன் அப்பா பிதாமகர்! உன் அண்ணன் துரோணாச்சாரியார்! நீ அர்ச்சுனன். உனக்குள் இருக்கும் நானே பரந்தாமன். உனக்கு உபதேசிக்கிறேன்.

யாருக்கும் பணியாதே. புறப்படு. பயம் உதறு. உன் இலக்கை நோக்கிப் பயணத்தைத் தொடங்கு. உன் லட்சியம் நிறைவேறும். அதற்காக சொந்தம், சுற்றம் அனைத்தையும் உதறி எறியத் தயாராக இரு. இந்த உதறல்கூட தற்காலிகமாயிருக்கலாம். உலகம் உன் பேரை உச்சரிக்கும்போது உன் அன்னை உன்னைப் பெற்ற வயிறைத் தடவி முத்தமிட்டுக் கொள்வாள். உன் தந்தை உன்னைத் தூக்கிச் சுமந்த தோளை கர்வத்தோடு தடவிக் கொள்வார். உன் சகோதரன் இவன் என் தம்பி என்று தமுக்கடித்து மகிழ்வான். மீண்டும் நீ அவர்களோடு சேரலாம். அதுவரை... பிரிந்து விடு!

அன்றிரவு தயா வீட்டை விட்டுப் புறப்பட்டான். வீதி இருட்டாயிருந்தாலும் அவன் மனசுக்குள் ஒரு வெளிச்சம் தெரிந்தது. அது அவனுக்கு வழிகாட்டும்.

——

காதற்ற ஊசியும்... 16

கருப்பண்ணன் ரூபாய் நோட்டுக்களை ராமையரிடம் கொடுத்தான். அவன் கண்கள் கலங்கிச் சிவந்திருந்தது.

"அய்யரே கடைசி முறையா கெஞ்சி கேட்டுக்கறேன். கொஞ்சம் தயவு பண்ணுங்களேன்."

அவன் கெஞ்சுவதை சட்டை செய்யாமல் அவன் கொடுத்த ரூபாய்களை எண்ணிக் கொண்டிருந்தார் ராமையர்.

கருப்பண்ணன் அவரிடம் கடன் வாங்கியிருந்தான் அவன் விவசாயி. மழையை நம்பி பயிர் செய்பவன். போனமுறை மழை பொய்த்துவிட்டது. கடன் வாங்க வைத்துவிட்டது. வாங்கின கடன் நாலாயிரம்தான். வட்டி கட்ட கருப்பண்ணனால் இயலவில்லை. அடுத்த வெள்ளாமையில் லாபம் கண்டு அசலும் வட்டியுமாய் மொத்தத்தையும் செலுத்தி விடலாம் என்றவனை மீண்டும் மழை ஏமாற்றியது.

இம்முறை அதிகம் பெய்து வெள்ளம் பெருக்கெடுத்து, புயலும், மழையுமாய் பயிர்களை நாசமாக்கி விட்டது. அப்படியும், கால் வயிறு கஞ்சி போதுமென்று கிடைத்த பணத்தை எடுத்துக்கொண்டு கடனை அடைக்க வந்தவனுக்கு அதிர்ச்சி காத்திருந்தது.

வட்டி கட்டாததால் வட்டிக்கு வட்டி, அந்த வட்டிக்கும் வட்டி என்று கணக்குப் போட்டு பத்தாயிரம் ரூபாய் கட்ட வேண்டும். இல்லையானால் வீட்டை ஜப்தி செய்யறதைத் தவிர வேறு வழியில்லை என்கிறார் ராமையர். "வட்டிக்கு வட்டி போடாதிங்கய்யா கொஞ்சம் தயவு பண்ணுங்க" என்று கெஞ்சுகிறான் கருப்பண்ணன்.

"த பார் கருப்பா நேக்கு மட்டும் பணம் என்ன கொல்லையிலா காய்க்கறது? வாங்கின பணத்துக்கு வட்டி கட்டாட்டா வட்டிக்கு வட்டி ஏறத்தானே செய்யும்? கை நீட்டி கடன் வாங்கும்போது நல்லார்க்கணும்னு வாழ்த்துவீங்க குடுத்த கடனை திருப்பிக் கேட்டா நாசமாப்போன்னு சபிப்பீங்க. இதுதானே உங்க வாழ்க்கை! அதைப்பத்தி எனக்குக் கவலையில்லை. நீ போகலாம் இன்னும் ரெண்டாயிரத்து சொச்சம் பாக்கியைக் குடுத்துட்டு பத்திரத்தை வாங்கிண்டு போ. இல்லாட்டா அதுக்கும் வட்டி ஏறிடும். அப்புறம் என்னைச் சொல்லாதே சொல்லிட்டேன்."

ராமையர் உறுதியாகக் கூறிவிட்டு ரூபாயோடு உள்ளே போனதும், கருப்பண்ணன் சோகமே உருவாய் கிளம்பினான்.

உள்ளே வந்த ராமையர், "அடி அபயம் இந்த ரூபாயை வாங்கி உள்ளவை." என்று மனைவியை விளித்தார். அவர் அழைத்து ஐந்து நிமிடம் கழித்து ஸ்தூல சரிரத்தோடு கழுத்து கொள்ளாத நகையணிந்து கை வளையல்கள் மின்னலடிக்க சமையல்கட்டிலிருந்து வெளி வந்தாள் அபயம்.

"ஏது பணம்?"

"கருப்பண்ணன் கொடுத்தான்."

"முழுசாக் கொடுத்துட்டானா?"

"இன்னும் ரெண்டாயிரத்து சொச்சம் பாக்கியிருக்கு."

அபயம் ரூபாயைக் கொண்டுபோய் சுவரோடு பதித்திருந்த இரும்புப் பெட்டியில் வைத்தாள். உள்ளே கட்டுக்கட்டாய் பணமும், நகையுமிருந்தது. அத்தனையும் வட்டிக்கு விட்டு சம்பாதித்தவை.

ராமையரைப் பற்றி சொல்ல வேண்டுமானால் நல்ல உயரம். செப்பு நிறம். வெளித்தள்ளிய தொந்திக்கு கீழ் தார்ப்பாய்ச்சிக் கட்டிய எட்டு முழம் வேட்டி, நெற்றியிலும், மார்பு, கைகளிலும் பட்டை பட்டையாய் திருநீறு. ராமையருக்கு வேலை என்று எதுவுமில்லை.

குடும்பச் சொத்துக்களை நிர்வகித்தபடி உட்கார்ந்து சாப்பிட்டு உடல் வளர்த்தவர். சாப்பாடு, தூக்கம், சீட்டுக்கச்சேரி, சதிர்க்கச்சேரி என்று அவர் வாழ்க்கை சென்றது. குந்தித் தின்றால் குன்றும் குறையும் என்ற பழமொழி அவர் விஷயத்தில் உண்மையாயிற்று. இருந்த சொத்துக்களைத் தன் உழைப்பினால் பெருக்க அவர் முயலவில்லை. தட்டிக்கேட்க ஆளுமில்லை. வெகு ஜாலியாய் சொத்துக்களை கரைத்துக் கொண்டிருந்தார் எதைப்பற்றிய கவலையுமின்றி. அபயத்திற்கோ சொத்து கரைகிறதே என்ற கவலையைவிட தன் வயிற்றில் ஒரு முத்து உருவாகவில்லையே என்பதுதான் அதிகக் கவலையைத் தந்தது.

அதற்காக விழுந்து விழுந்து விரதமிருந்தாள். அரசமரம் சுற்றினாள். கோயில் மரத்தில் தொட்டில் கட்டினாள். இறைவனுக்கு இரக்கமிருந்தது. அபயத்தின் வயிற்றில் பிள்ளை வளர்ந்தது. பிள்ளை பிறந்தபோது, கரைந்தது போக எஞ்சியிருந்தது, வீடும், சில நகைகளும், ரொக்கமாய் கொஞ்சம் பணமும் மட்டுமே. வாரிசு உருவான பிறகுதான் என்ன இருக்கிறது என்று யோசிக்கத் தோன்றியது ராமையருக்கு.

"அத்தனையும் ஆடி ஆடி தொலைச்சாச்சு. கோயில் குளத்துல வெல்லம் கரைக்கறாப்பல எல்லாத்தையும் கரைச்சுட்டேளே. எம்பிள்ளைக்கு என்ன சேர்த்து வெச்சிருக்கேள்? சீட்டுக்கட்டும், சதிர்க்கச்சேரி டிக்கெட்டுமா."

அந்தக் கேள்வி ராமையரின் மனசுக்குள் புழுவாய்க் குடைந்தது. ராமையர் சீட்டாடுவதை நிறுத்தினார். சதிர்க்கச்சேரிகளை மறந்தார். ரொக்கமாய் மிஞ்சியிருந்த பணத்தை முதன்முதலாய் வட்டிக்கு விட்டார். அவர் ஈன்றது ஒரு குட்டிதான்.

வட்டியோ லட்சக்கணக்கில் குட்டி போட்டது. அபயத்தின் குச்சி உடம்பு ஸ்தூல சரீரமாயிற்று. கழுத்தும், கையும் நகைகளால் மறைந்தது. இரும்புப் பெட்டிக்குள் இட நெருக்கடி ஏற்பட்டது. பணம் நகைகளோடு ஊராரின் வயிற்றெரிச்சலும், சாபமும்கூட ஏராளமாய் சேர்ந்தது.

கருவேப்பிலைக் கொழுந்துபோல, தான் பெற்ற ஒரே மகனுக்காக விழுந்து விழுந்து சொத்து சேர்த்தார். அந்த விஷயத்தில் அவர் கொஞ்சமும் சோர்ந்துபோக அபயமும் விடுவதில்லை. "நான் பெத்தது ஒண்ணுன்னாலும் உசத்தின்னா! நமக்கு கொள்ளி போடவாக்கும் ஒரு பிள்ளையைப் பெத்திருக்கேன்" என்று பீற்றிக் கொள்வாள். ராமையரும் அதை ஆமோதிப்பார். ஆஸ்தி ஏதேனும் இருந்தால் அது பிள்ளைக்கு என்பார்கள். அதனால்தான் ஆஸ்திக்கு ஒரு பிள்ளை பெற்றுக்கொள் என்று பெரியவர்கள் வாழ்த்துவார்கள். ஆனால் பிள்ளைக்கு ஆஸ்தி சேர்ப்பதையே முழுநேரக் குறிக்கோளாகக் கொண்டுவிட்டார் ராமையர்.

காரணம், அவன் அவருக்கு கொள்ளியிடப் போகும் குலக்கொழுந்து. அந்தக் குலக்கொழுந்து செல்வக் கொழுந்தாய் இருக்கவேண்டும் என்று அவர் நினைத்தது தவறல்ல. ஆனால் அதற்காக அவர் அடியோடு இரக்கமற்றவராய் மாறிவிட்டதுதான் தவறு. அது அவருக்குத் தெரியவில்லை. ஊர் ஜனங்களுக்கும் வேறு வழியில்லை. நாலு ஏழைகள் இருக்குமிடத்தில் ஒரு பணக்காரன் எப்படியிருப்பினும் ஏழைகள் விட்டில்பூச்சிகளாய் அவன் மேலே விழுந்துதானே தீரவேண்டியிருக்கிறது! இல்லாமையின் கொடுமை அது.

பணத்தை இரும்புப் பெட்டியில் வைத்துப் பூட்டிவிட்டு அபயம் பின்கட்டுக்குச் சென்றுவிட்டாள். ராமையர் பூணுலை உருவி விட்டபடி திண்ணைக்கு வந்து கணக்குப் புத்தகத்தை எடுத்து வைத்துக் கொண்டார்.

"அப்பா..." என்றழைத்தபடி அவர் முன்னால் வந்து நின்றான் அவரது ஒரே மகன் சுந்தரம் என்ற சுண்டு. பதினோரு வயசிருக்கும், அவரைப் போலவே இருந்தான் ஜாடையில். பூசின உடற்கட்டு, பால் வடியும் முகம்.

"என்னடா?"

சுண்டு ஒரு நிமிடம் அவரையே உற்றுப் பார்த்தான். அவன் முகத்தில் ஏதோ துயரம் இருந்தது. ராமையர் அதை கவனிக்க முற்படவில்லை.

“என்னடா” என்றார் மீண்டும்.

“அப்பா நீ கெட்டவனா?”

ராமையர் திடுக்கிட்டு நிமிர்ந்து அவனைப் பார்த்தார்.

“என்னடா? என்ன கேட்ட?”

“நீ கெட்டவனாப்பா?”

“யார் சொன்னா அப்படி?”

“முருகன்தான் சொன்னான்” என்றான் சுண்டு. முருகன் கண்ணப்பனின் மகன்.

ராமையரின் கண்கள் சிவப்பேறியது. பிள்ளைக்கெதிரில் அந்த கருப்பண்ணன் என்ன சொன்னானோ அந்தப் பிள்ளை வந்து இந்தப் பிள்ளையிடம் ஏதோ சொல்லியிருக்கிறது. இதுவும் வந்து கேட்கிறது.

“இன்னும் என்னடா சொன்னான் முருகன்?”

“நீ ரொம்ப கெட்டவனாம்ப்பா. பணப் பிசாசாம். ஊரை வாய்ல போட்டுக்கறவனாம். இதெல்லாம் நிஜமாப்பா? முருகன் மட்டுமில்லப்பா எல்லாரும் அப்படித்தான் பேசிக்கறா.”

“வரவர என்னோட யாரும் விளையாட வரதில்லப்பா. ஏண்டா என்னை சேர்த்துக்க மாட்டேன்றிங்கன்னு கேட்டா, நீ கெட்ட பையன்னு சொல்றா. நான் ஒண்ணும் கெட்ட பையனில்லன்னு சொன்னேன். உங்கப்பா கெட்டவர் அதனால நீயும் கெட்டவன்தான்னு சொல்றா. சுண்டு தேம்பித் தேம்பி அழ ஆரம்பித்தான். ராமையர் கணக்குப் புத்தகத்தை மூடி வைத்துவிட்டு எழுந்தார். உள்ளே போய் இரும்புப் பெட்டியிலிருந்த கருப்பண்ணன் கொடுத்த பணத்தை எடுத்துக்கொண்டார். சுண்டுவைக் கையைப் பிடித்து தரதரவென்று இழுத்துக்கொண்டு கீழத்தெருவுக்கு வந்து கருப்பண்ணனின் வீட்டுக்குமுன் வந்து நின்றார்.”

“டேய் கருப்பா...”

ஓங்கி ஒலித்த அந்தக் குரல் கேட்டு கருப்பண்ணன் வேகமாய் வெளியில் வந்தான். அவன் சம்சாரம் இவரைக் கண்டதும் கதவுக்குப் பின்னால் பவ்யமாக நின்றாள்.

“என்னஙகய்யா?”

“இந்தா பிடி உன் ரூபாயை.”

“என்ன சாமி?”

“உன் கடன் பாக்கி பூரா கீழ வை. இல்லைன்னா இதை நீயே வெச்சுக்கோ. நான் வீட்டை ஜப்தி செய்துக்கறேன்.”

“சாமி... என்ன சொல்றீங்க?”

“பின்ன என்னடா? வாங்கின கடனை செலுத்த வக்கில்ல. குடுத்த கடனைக் கேட்டா நான் கெட்டவனா? உன் பிள்ளை என்னவெல்லாம் சொல்லியிருக்கான் தெரியுமா இவங்கிட்ட? குழந்தை கண்ணால ஜலம் விடறான். என்ன லோகம்டாப்பா! கடனா காசையும் கொடுத்துட்டு, கெட்டவன்னு பட்டமும் வாங்கிக் கட்டிக்கணும்! என்ன தலையெழுத்துடா எனக்கு? கூப்டு உன் பிள்ளையை கேட்கறேன் யார் கெட்டவன்? யார் கெட்டவனுக்குப் பொறந்த பயன்னு அவனையே கேட்கறேன்.”

கருப்பண்ணனுக்கு தெளிவாய் ஏதும் புரியவில்லை என்றாலும், பிள்ளை ஏதோ வம்பை விலைக்கு வாங்கி வந்திருக்கிறான் என்று மட்டும் புரிந்தது.

“இருங்க சாமி கூட்டியாரேன்” என்றபடி பிள்ளையைத் தேடிச்சென்றான்.

பத்து நிமிடம் கழித்து பிள்ளையோடு வந்தான். பிள்ளையை என்ன திட்டினானோ அது பயந்து போயிருந்தது. ராமையரைப் பார்த்ததும் இன்னும் பயந்து போயிற்று?

“என்னடா சொன்ன இவனண்ட?”

பிள்ளை பதில் சொல்லாமல் பயத்தோடு ஒண்ணுமில்லை என்று தலையாட்டியது.

"நான் கெட்டவன்னா சொன்ன? சொல்லு நானா கெட்டவன்?"

ஏண்டா பாவி, ஏண்டா என் உயிரை எடுக்கன்னே பிறந்தயா? கருப்பண்ணன் பிள்ளையின் முதுகில் பளாரென்று அறைய, பிள்ளை துடித்துப்போனபடி அழுதது.

"இனி ஏதாவது பேசு சொல்றேன். நீ வாடா சுண்டு! கண்ட கடங்காரப் பசங்களோட உனக்கென்ன விளையாட்டு? நம்பாத்துல இல்லாத பொம்மையா? இந்தா கருப்பா, இத்தனை நாள் போனா போகட்டும்னு இருந்தேன். இனிமே சும்மா இருக்க மாட்டேன், மிச்ச கடனை நாளை மறுநாள் கட்டலன்னா நிச்சயம் ஜப்திதான் சொல்லிட்டேன். உதவி பண்ணி என்ன பேரு கிடைச்சுடுதுன்னு இரக்கம் காட்டணும்?"

ராமையர் சுண்டுவோடு வேகமாக நடந்து சென்றார்.

கருப்பண்ணன் ரோஷக்காரன். ராமையர் இவ்வளவு கத்திவிட்டுப் போன பிறகும் சும்மா இருத்தல் நல்லதல்ல என்று நினைத்தான். பொண்டாட்டி உடம்பில் இன்னும் என்ன நகை இருக்கிறது என்று பார்த்தான். அவன் பார்வை புரிந்தாற்போல் அவன் மனைவியும் மூக்கிலும், காதிலும் ஒட்டிக்கொண்டிருந்தவற்றை கழற்றிக் கொடுத்தாள். அதோடு கழுத்திலிருந்த கயிற்றில் ஒரு மஞ்சள் துண்டை கட்டிக்கொண்டு அதிலிருந்ததையும் கழற்றிக் கொடுத்தாள். கருப்பண்ணன் அவற்றை எடுத்துக்கொண்டு போய் காசாக்கிக்கொண்டு வந்தான். ராமையரின் முகத்தில் விட்டெறிந்தான். கடனை விட்டெறிந்ததும் பயமும் போயிற்று. சினம் படர்ந்தது. அடிவயிற்று வேதனை ஆங்காரமாய் வெளிக்கிளம்பியது.

"நீ கெட்டவன்தான் அய்யரே. இப்போ நான் சொல்றேன். நீ கெட்டவன்தான். டேய் சுந்தரம் உங்கப்பன் கெட்டவன்தாண்டா ஊரை ஏமாத்தறவன். இவன் இரும்புப் பெட்டியில பூட்டி வெச்சிருக்கானே அதெல்லாம் பணமில்லை, எங்க அடிவயிற்று வேதனை! அதெல்லாம் இவனை சும்மா விடப்போறதில்லை பார்!"

கருப்பண்ணன் கண் சிவக்கச் சொல்லிவிட்டுச் சென்றதைக் கண்டு அதிர்ந்துபோய் நின்று விட்டான் சுண்டு.

“கிடக்கான் விடு. இந்த மாதிரி சாபம் எத்தனையோ கேட்டாச்சு” என்றபடி ரூபாயைக் கொண்டுபோய் உள்ளே வைத்தார்.

சுண்டு அப்படியே நின்றிருந்தான்.

அன்றிரவு அபயம் அவனை சாப்பிட அழைத்தபோது பசியில்லை என்றான் சுண்டு.

“ஏண்டா கண்ணா உடம்புக்கு முடியலையா?”

“ஒண்ணும் இல்ல விடு.”

“என்னடா கண்ணா என்னமோ போல இருக்க?”

“எனக்கு பிடிக்கலம்மா.”

“எது?”

“எதுவுமே. இந்த வீடு, பணம், நீ, அப்பா யாரையும் பிடிக்கல.”

அபயம் பயந்துபோனாள். “என்னடா சொல்ற நீ. என்னாச்சு உனக்கு?”

“எனக்கு இப்போ தெரியணும். அப்பா நல்லவரா, கெட்டவரா?”

“ஓஹோ. இதான் உன் கவலையா? உங்கப்பா நல்லவர்தாண்டா. அவசரத்துக்கு எல்லாருக்கும் காசு கொடுக்கறார். அந்தக் காசைத் திரும்பக் கேட்டா ஊர்க்காரனுக்கு பிடிக்கறதில்லை. திரும்பக்கேட்டா கெட்டவன்னு சொல்லிடுவா. இதெல்லாம் நாம சட்டையே பண்ணப்படாதுடா கண்ணா. ஊர் வாய் அப்படித்தான். புரட்டிப் புரட்டிச் சொல்லும். உங்கப்பா யாருக்காக இவ்ளோ ஏச்சும் பேச்சும் தாங்கிக்கறார்ங்கற? எல்லாம் நோக்காகத்தான். நீ சௌக்யமாயிருக்கணும்னுதான் இத்தனை பாடுபட்டு சம்பாதிச்சு சேர்த்து வைக்கறார். அதெல்லாம் விடு. ராத்திரி வேளையில் பட்னி கிடக்கப்படாது. வந்து ஒரு வாய் சாப்ட்டுட்டு படுத்துக்கோ, எழுந்து வா.”

“வேண்டாம்னா வேண்டாம்.”

அபயம் வியந்தாள். என்னவாயிற்று இந்த பிள்ளைக்கு என்று கவலைப்பட்டாள்.

"ஒரு கிளாஸ் பாலாவது..." என்று அவள் முடிப்பதற்குமுன் பிள்ளை திரும்பிப் படுத்துக்கொண்டது.

சில விஷயங்களில் மனிதன் படுசாமர்த்தியசாலி, தன் தவறுகளுக்குக்கூட தன் கோணத்திலிருந்து ஒரு நியாயம் கற்பித்துச் சொல்வதில் அவனுக்கு நிகர் அவனே. தான் செய்வதே நியாயம் என்ற எண்ணம் எல்லா மனிதனுக்குமே இருக்கிறது. ராமையருக்கும் இருந்தது.

போதும் என்ற மனப்பான்மை மனிதனுக்கிருப்பின் துன்பங்கள் குறையும் என்பதை எந்த மனிதனும் உணரத் தயாராக இருப்பதில்லை. ஆயிரம்தான் அபயம் கணவனை நியாயஸ்தனாய் சித்தரித்து பிள்ளைக்கு பதில் சொன்னாலும்கூட சுண்டுவுக்கு அதில் திருப்தி ஏற்படவில்லை. இரவு முழுக்க அவனுக்கு உறக்கம் வரவில்லை.

"இரும்புப் பெட்டில இருக்கறது பணமில்ல. அது எங்க அடிவயிற்று வேதனை" என்ற கருப்பண்ணனின் குரல் திரும்பத் திரும்ப உள்ளுக்குள் எதிரொலிக்க சுண்டுவின் முகம் வேதனையில் சூம்பிப் போயிற்று.

மறுநாள் பள்ளியில்கூட பாடத்தில் கவனம் செல்லவில்லை. அவனுக்கு தமிழாசிரியர் பட்டினத்தாரைப் பற்றி சொல்லிக்கொண்டிருந்தார்.

"டேய் சுண்டு, கவனம் எங்கடா இருக்கு?"

சுண்டு திடுக்கிட்டான்.

"இப்போ நான் என்ன சொன்னேன்னு சொல்லு?"

சுண்டு திருதிருவென்று விழித்தான்.

"என்னடா உடம்பு சரியில்லையா? எங்க கவனம்?"

சுண்டு மௌனமாய் தலைகுனிந்தான்.

"சரி சரி இனிமேயாவது கவனமாக் கேளு."

சுண்டு உட்கார்ந்து கொண்டான்.

பிறகு கவனத்தை ஆசிரியரிடம் திருப்பினான்.

“கடல் கடந்து போய் என்னவெல்லாம் சம்பாதித்துக்கொண்டு வந்தாயென்று தன் பிள்ளையிடம் பட்டினத்து செட்டி கேட்டதுக்கு பிள்ளை பதில் சொல்லாம ஒரு பெட்டிய நீட்டித்து. பட்டிணத்து செட்டி அதை வாங்கித் திறந்து பார்க்கறார். அதுல காது ஒடிஞ்ச ஊசி ஒண்ணு இருக்கு. செட்டியாருக்கு கோபம் வந்தது. ஒண்ணுத்துக்கும் உதவாத இந்தக் காது போன ஊசியை சம்பாதிக்கவா கடல் கடந்து போனன்னு கேக்கறார். பிள்ளை பதில் சொன்னான். என்ன சொன்னான் தெரியுமா?”

“காதற்ற ஊசியும் வாராது காணும் கடை வழிக்கே. இதுக்கு என்ன அர்த்தம்? நாம செத்துப் போகும்போது இந்தக் காதில்லாத ஊசிகூட நம்மோட வரப்போறதில்ல? அப்பறம் எதுக்கு செல்வத்தின் மீது ஆசை? பிள்ளை இப்படிக் கேட்டதும் அப்பனுக்கு ஞானோதயம் வந்தது. அந்தக்கணம் அத்தனையும் துறந்தான். எல்லாத்தையும் உதறிட்டு துறவுக்கோலம் எடுத்தான். பட்டிணத்து செட்டி பட்டிணத்தாரா மாறி ஊருக்கெல்லாம் தத்துவ உபதேசம் செய்ய ஆரம்பிச்சான்.”

சுண்டுவுக்கு திகைப்பாயிருந்தது. அன்றைக்கு பாடம்கூட அவன் மனோநிலைக்கு ஏற்றாற்போலவே அமைந்ததாலேயே பாடம் ஆழமாய் மனசில் பதிந்து போயிற்று.

இரவு அப்பாவோடு சாப்பிடும்போது சுண்டு கேட்டான்.

“உங்களுக்கு பட்டிணத்தார் கதை தெரியுமா?”

“எனக்கு வட்டிக்கணக்குதான் தெரியும். அது என்ன கதை?”

சுண்டு வாத்தியார் சொன்ன கதையை அப்பாவுக்கு சொன்னான்.

கதையைக் கேட்டுவிட்டு ராமையா சிரித்தார். பட்டிணத்தாரைப் பற்றி அவருக்கு ஏதோ கொஞ்சம் தெரியும். அவரது தத்துவப் புலம்பல்களுக்குப் பின்னால் இருந்த காரணம் இந்த காதற்ற ஊசிதான் என்ற விஷயம், இன்று சுண்டு சொல்லித்தான் அவருக்குத் தெரியும்.

“ஏம்பா சிரிக்கற?”

“அதிருக்கட்டும். நீ எதுக்கு இப்போ இந்தக் கதையைத் தெரியுமான்னு கேட்ட?”

சுண்டு ஒருநிமிடம் தயங்கினவன் பிறகு, “பட்டிணத்தார் மாதிரி நீ சன்யாசியாப் போக வேண்டாம்பா. ஆனா ஊர்ல உன்னை எல்லாரும் திட்டாம இருக்க ஏதாவது செய்ப்பா” என்றான்.

ராமையர் முகம் சட்டென்று மாறியது. பிள்ளையை விழித்துப் பார்த்தார்.

“நான் என்ன செய்யணுங்கற நீ?”

“தெரியலப்பா. ஏதாவது செய். உன்னை எல்லாரும் நல்லவன்னு சொல்லணும்பா. அதான் எனக்கு சந்தோஷத்தைக் கொடுக்கும். இப்போ எனக்கு சிநேகிதா யாருமே இல்லப்பா. வட்டிக்காரன் பிள்ளைடா நீ! போ போய் உங்கப்பன் வாங்கற வட்டியோடயே விளையாடுன்னு துரத்தி விடறாப்பா. எனக்கு அவமானமா இருக்கு.”

“பொறாமை பிடிச்ச பயலுகள்! அவா சொல்றதையெல்லாம் நீ காது குடுத்துக் கேட்டுக்காத. வட்டியில்லாம சும்மாவா காசு குடுப்பா? நான் என்ன இளிச்சவாயனா?”

“இதைப்பத்திகூட நான் வாத்தியார்கிட்ட கேட்டேம்பா.”

“என்னன்னு?”

“வட்டி வாங்கறது தப்பான்னு?”

“என்ன சொன்னான் உங்க வாத்தியார்?”

“வட்டி வாங்கறது தப்பில்ல. ஆனா அதுலயும் ஒரு நியாயம் இருக்கணும். உங்கப்பா அநியாயமா இல்ல வட்டி வாங்கறார். ரூபாய்க்கு பதினஞ்சு வட்டி...! அடுக்குமா? அது மாதிரி வாங்கறதுதான் பாவம்னு சொன்னார்ப்பா. எனக்கு வட்டிக் கணக்கெல்லாம் தெரியாது. ஆனா நீ ஏம்ப்பா பாவம் பண்ணனும்?”

ராமையரின் கண்கள் சிவந்தது. ஆத்திரம் தலைக்கேறியது. பளாரென்று எச்சில் கையாலேயே பிள்ளையின் கன்னத்தில் அறைந்தார். அபயம் பதறிப்போனாள். பிள்ளை திகைப்போடு கன்னத்தை தடவி விட்டுக்கொண்டது.

“ஏண்டா எவ்ளோ திமிர் இருந்தா வாத்தியார்ட்டயே போய் விசாரிச்சிருப்பே? த... பார்ரா சுண்டு ஊர்ப்பேச்சுக்கெல்லாம் மதிப்புக் குடுத்துண்டு எங்கிட்ட வந்து ஏதாவது கேட்ட... தொலச்சுப்புடுவேன் தொலச்சு! எதுக்குடா இத்தனை காசு சேக்கறேன்? யாருக்காகன்னேன்? எல்லாம் நோக்குதாண்டா! நீ எனக்கு செய்யப்போற கர்மாவுக்குத்தான் உனக்கு சொத்து சேர்த்து வெச்சுட்டுப் போறேன். இனி ஊரைப்பத்தி நினைக்காம பிழைக்கக் கத்துக்கோ. விளையாட ஆளில்லன்னா என்ன? ஆத்துக்குள்ள தனியா விளையாடிக்கோ. பத்து கிளாஸ் முடிச்சதும் இந்த ஊர் பசங்க சிநேகம் எதுக்கு உனக்கு? நீ பட்டணத்துல இல்ல போய் படிக்கப்போற? அங்க நிறைய சிநேகிதா கிடைப்பா புரிஞ்சுதா?”

ராமையர் தட்டிலேயே கையலம்பிக்கொண்டு திண்ணைக்குக் கோபத்தோடே நகர்ந்தார்.

“ஏண்டா சுண்டு அப்பாவண்டை இப்டி எல்லாம் பேசலாமா? இனிமேயாவது சமத்தா இருடா கண்ணா.” அபயம் கண்கள் பளபளக்க பிள்ளையின் கன்னத்தை தடவிக் கொடுத்தாள்.

சுண்டு கை கழுவ எழுந்தான்.

இந்தக் கதையைச் சொன்னால் தந்தை மனம் மாறிவிடுவார் என்று சுண்டு நினைத்தது வீணாகிப்போனதும் அவன் வருத்தம் அதிகரித்தது. அப்பாவின் இந்தத் தொழிலினால் நண்பர்கள் விலகிவிட்டதே அவன் வருத்தத்திற்குக் காரணம். நண்பர்கள் விலகிச் செல்லக் காரணம், முருகன்! முருகன் சுண்டுவைவிட படிப்பில் கெட்டி. அதனால் அவன் சொல்படிதான் மற்ற நண்பர்கள் நடப்பார்கள். அன்று அப்பா முருகனைக் கடிந்துகொண்ட பிறகு முருகன் சுண்டுவை இன்னும் வெறுத்து ஒதுக்கினான்.

யாரும் அவனுடன் பேசக்கூடாது என்று நண்பர்களுக்கும் தடை போட்டுவிட்டான்.

இது தவிர அதற்கு அடுத்த பத்து நாட்களில் நடந்த மற்றொரு விஷயம் சுண்டுவை மிகவும் பாதித்தது. அவனுடைய வகுப்புத் தோழன் வேலு என்பவரது அப்பாவும் ராமையரிடம் வட்டிக்கு கடன் வாங்கி பெண்ணுக்கு கல்யாணம் செய்திருந்தார். அவர் செய்து வந்த வியாபாரமும் நஷ்டத்தில் நடக்க, சொன்ன கெடுவுக்கு மேல் ஒரு வருடம் வரை ராமையர் அவகாசம் கொடுத்திருந்தும் வேலுவின் அப்பாவினால் கடனைத் திருப்பிச் செலுத்த இயலவில்லை. எனவே கோர்ட் ஆர்டர் பெற்று ராமையர் அந்த வீட்டை ஜப்தி செய்துவிட்டார். அந்தக் குடும்பம் அழுது புரண்டது. காலில் விழுந்து கெஞ்சியது. ராமையர் காதுகளைப் பூட்டிக்கொண்டு விட்டார்.

அடுத்த அரைமணியில் அவர்களை வெளியேற்றி வீட்டையும் பூட்டினார். "பாவி அய்யரே நீ நல்லார்க்க மாட்ட! எங்களை நடு வீதியில நிறுத்திட்டயே! இரக்கமற்றவனே, நீயும் பிள்ளை பெத்தவன்தானே? உம் பிள்ளை வயசுதானே இந்தப் பிள்ளைக்கும். இப்படி ஒரு நிலைமைக்கு என் பிள்ளையைக் கொண்டு வந்துட்டயே இதுக்கல்லாம் நீ அனுபவிப்ப பார்" என்று வயிறெறிந்து சாபமிட்டபடி ஏதோ உறவினர் வீட்டில் தஞ்சம் புகுந்தது வேலுவின் குடும்பம்.

இந்த நிகழ்ச்சிக்குப் பிறகு சுண்டு மிகவும் வாடிப்போனான். ஒரு வாய் அன்னம்கூட இறங்கவில்லை அவனுக்கு. தொண்டை அடைத்தது. பசியற்றுப்போனது. வேலுவின் முகமே விஸ்வரூபமாகத் தெரிந்தது. தன் வயதையொத்த சிநேகிதனுக்கு தன் தகப்பனாலேயே நேர்ந்துவிட்ட கொடுமையைக் கண்டு மிகவும் மனம் வருந்தினான். இதன் காரணமாய் தன் மீதே வெறுப்பு ஏற்பட்டது அவனுக்கு.

"இத்தனையும் எனக்காகவா செய்கிறார் அப்பா? எனக்கெதற்கு இவை? இவற்றை வைத்துக்கொண்டு நான் என்ன செய்வேன்? ம்ஹூம். எனக்கு வேண்டாம். பிறத்தியாரின் கண்ணில் சம்பாதித்த சொத்தும், சுகமும் வேண்டவே வேண்டாம். நான் நல்லவனாய்

வாழவேண்டும். நல்லவன் என்ற பெயரெடுக்க வேண்டும். காதற்ற ஊசியும் வாராது கடைவழிக்கே எனவே எதுவும் வேண்டாம்."

சுண்டு பித்துப் பிடித்தவன் போல் நடந்தான். பள்ளி விட்டு வீட்டுக்குப் போகும் எண்ணமே தோன்றாமல் கால் போனபோக்கில் நடந்தான். இருட்டிய பிறகுதான் வீட்டு ஞாபகம் வந்தது. அம்மா தேடுவாளே என்ற எண்ணமும் ஏற்பட ஓட்டமும், நடையுமாய் வீட்டை நோக்கிச் சென்றவனை இருட்டில் தெரு நாய் ஒன்று விரட்ட ஆரம்பித்தது.

சுண்டு பயந்துபோய் ஓட ஆரம்பித்தான். நாய் இன்னும் வேகமாய்த் துரத்த சுண்டு பொதுக்கிணறு அருகில் வந்ததும் சட்டென்று தாவி கிணற்றுச் சுவரில் ஏறினான். நாய் முன்னங்காலைத் தூக்கிக்கொண்டு பாய, சுண்டு அம்மா என்று பயத்தில் அலறினான்.

"ஏன்னா சுண்டுவை இன்னும் காணலையே ஒரு நடை போய் பார்த்துட்டு வரேளா?"

"எங்கயாவது விளையாடிண்டு இருப்பான் வந்துடுவான்" என்றார் ராமையர்.

நேரமாக ஆக அபயத்தின் பதறல் அதிகமாயிற்று.

"நேக்கு ரொம்ப பயமார்க்குன்னா. இத்தன நாழி அவன் எங்கயும் விளையாட மாட்டானே. கொஞ்ச நாளா குழந்தை சரியா சாப்பிடறதில்ல. பாதி ராத்திரிலகூட பிரமை பிடிச்சவன் மாதிரி மோட்டு வளையை வெறிச்சுப் பார்த்துண்டிருக்கான். ஏண்டா தூங்கலையான்னு கேட்டா தூக்கம் வரலைங்கறான். குழந்தைக்கு மனசுக்குள்ள என்ன சங்கடமோ சரியா சாப்பாடு, தூக்கம் எதுவுமில்லாம எங்கயானம் மயங்கி கியங்கி விழுந்திருப்பானோ?"

"நீ சித்த சும்மாருடி. எதையானும் சொல்லி கிலியைக் கிளப்பாதே. இதோ பார்த்துட்டு வரேன்" என்ற ராமையர் லாந்தர் விளக்கை எடுத்துக்கொண்டு போனார்.

சற்று நேரத்தில் விஷயம் தெரிந்து ஊர் முழுக்கவே கூடி சுண்டுவைத் தேடியது. சுண்டுவை எங்கும் காணவில்லை.

அபயம் பெருங்குரலில் அழ ஆரம்பித்தாள். ராமையரின் முகம் பயத்தில் வெளிறியது.

"அய்யரே கவலைப்படாதீர். எங்கயும் போயிருக்க மாட்டான். எங்கயாவது படுத்து தூங்கிப் போயிருப்பான் விடிஞ்சதும் தானா வந்துருவான் பாருங்க" யாரோ சமாதானம் சொன்னார்கள்.

ஆனால் விடிந்த பிறகும் சுண்டு வரவில்லை. சூர்யோதயத்திற்குப் பிறகு பொதுக் கிணற்றில் தண்ணீர் இறைக்கப்போன பெண் ஒருத்தி வீலென்று அலறி ஊரைக் கூட்டினாள். கிணற்றுக்குள் மிதந்த சுண்டுவைச் சுட்டிக் காட்டினாள்.

நாய் விரட்டி உயிருக்கு பயந்து கிணற்றுச் சுவரில் ஏறி நிலை தடுமாறி உள்ளே விழுந்துவிட்டான் குழந்தை என்று யாருக்கும் தெரியவில்லை.

"ராத்திரி நாய் குலைக்கற சத்தமும், யாரோ அம்மான்னு கத்தினா மாதிரியும் கேட்டுது. கைவிளக்கை எடுத்துக்கிட்டு வந்தப்போ யாரையும் காணல சரின்னு உள்ள போய்ட்டேன். ஒருக்கா இந்தப் பயலைத்தான் நாய் விரட்டி பயந்து கிணத்து மேலே ஏறி உள்ள விழுந்திருப்பானோன்னு இப்போ தோணுது" என்று ஒரே ஒருவர் மட்டும் சொல்ல, சுண்டுவின் மரணம் ஓரளவுக்கு இப்படித்தானிருக்கும் என்று முடிவு செய்யப்பட்டது.

ஊர்க்காரர்கள் இருவர் கிணற்றில் இறங்கி சுண்டுவின் உப்பிப்போன உடம்பை எடுத்து வந்து வெளியில் கிடத்தினார்கள். ராமையருக்கு தகவல் போன மறுவினாடியே அலறியடித்துக்கொண்டு ஓடிவந்தவர் சுண்டுவின் உடம்பைக் கண்டதும் நிலைகுத்திப் போனவராய் நின்றுவிட்டார்.

"பாவிப்பயலே! இப்படி அல்பாயுசுல போகவாடா பிறந்த? நேக்கு நீ கொள்ளி வெப்பன்னு எத்தனை கனாக்கண்டிருப்பேன்! அத்தனையும் சிதைச்சுட்டயேடா. உனக்கு நான் கொள்ளி போடும்படியாய்டுத்தே கடசில!"

ராமையர் சுண்டுவை மடியில் போட்டுக்கொண்டு கதறியழுதார். அவரை சமாதானப்படுத்தி, ஆகவேண்டிய காரியங்களைப் பார்த்தது ஊர் ஜனம்.

சுண்டு ஜாம் ஜாமென்று புறப்பட்டான். முருகனும், மற்ற நண்பர்களும், "சுண்டு, சுண்டு, நாங்க உன்னை விளையாட்டுக்கு சேத்துக்கறோம்டா வந்துர்ரா" என்று அழுதபடியே பாடையின் பின்னால் ஓடினார்கள். தாங்கள் விளையாட்டுக்கு சேர்த்துக் கொள்ளாததால்தான் மனம் வெறுத்து சுண்டு கிணற்றில் குதித்துவிட்டானோ என்று அந்தச் சிறுவர்கள் மனசிலும் குற்ற உணர்ச்சி.

சுண்டுவுக்கு கொள்ளி வைத்துவிட்டு உயிரற்ற உடலாய் திரும்பி வந்த ராமையர் வீடெங்கும் ஒவ்வொரு இடமாய் வெறித்து வெறித்துப் பார்த்தார். நிலைப்படி, ஜன்னல், சுவர், தூண்கள் என்று ஒவ்வொரு இடமாய்த் தடவியபடி இரும்புப் பெட்டிக்கருகில் வந்து அதையே விழுங்கி விடுபவர்போல் ஒரு வினாடி பார்த்தார். பிறகு அதைத் திறந்தார். உள்ளே மின்னிய நகைகளையும், புத்தம் புதிய ரூபாய் நோட்டுக் கட்டுக்களையும் வெறித்துப் பார்த்தார். உள்ளே சுண்டு சிரித்தான்.

"இத்தனையும் எனக்காகத்தானேப்பா சேர்த்து வெச்ச? அப்படின்னா எடுத்துக் குடேன்."

"எப்படிடா குடுப்பேன்? எப்படி வாங்கிப்ப நீ?"

"இப்போ புரியறதாப்பா? எதுவும் வர முடியாதுன்னு? பட்டிணத்தான் ஏன் புலம்பினான்னு இப்பொழுதாவது புரியறதா? எடுத்துக்குடேன் எனக்கு எல்லாத்தையும்?"

"எடுத்துக்கோடா சுண்டு. எல்லாம் நோக்குதான்? நேக்கு எதுவும் வேண்டாம்." ராமையர் ஆவேசம் வந்தவர்போல் இரண்டு கைகளாலும் நகைகளையும், பணத்தையும், சில்லறைகளையும் வாரி வாரி எறிந்தார். அத்தனையும் வீடெங்கும் இறைந்தன. அபயம் பயந்துபோய் அவரைப் பார்த்தாள்.

“ஏன்னா என்ன செய்யறேள்?”

“எல்லாத்தையும் சுண்டுவுக்கு கொடுத்துட்டேண்டி.”

“இல்லயேன்னா எல்லாம் இங்கதானே இறைஞ்சு கிடக்கு.” அபயம் குரலடைக்கச் சொன்னாள்.

“ஏண்டா சுண்டு, எடுத்துக்கலையா? வேண்டாமா?”

“என்னால எடுத்துக்க முடியாதுப்பா. எனக்கு வேண்டாம்.”

“உனக்காகத்தானேடா கண்ணா இத்தனையும் சம்பாதிச்சேன்!”

“பார்வையை விஸ்தாரமாக்கிக்கோ அப்பா. மனசை அகலப்படுத்திக்கோ. அடுத்தவன் காசை மட்டும் பார்க்காதே. அவன் குழந்தைகளையும் பார். எல்லாரும் நன்னார்க்கணும்னு ஆசைப்படு. நான் எங்கேயும் போய்டலை. எல்லாக் குழந்தைகளுமே நான்தான். நான்தான்னு நினைச்சு எல்லாரையும் பாரு. நான் உனக்குத் தெரிவேன். அப்படி எல்லாரிடமும் உன்னால என்னைக் காண முடிஞ்சா எல்லாத்தையும் உன் விருப்பப்படியே எனக்குக் கொடுக்க முடியும். நா சொல்றது புரியறதாப்பா?”

“புரியறதுடா சுண்டு! நன்னாவே புரியறது” ராமையர் முகத்தைப் பொத்தியபடி சரிந்து விழுந்து அழ ஆரம்பித்தார்.

——

17 அப்பா

இரவு பதினோரு மணிக்கு தந்தி வந்தது. 'உடனே புறப்பட்டு வரவும் அப்பா கவலைக்கிடம்.' ராமகிருஷ்ணன் அப்படியே சரிந்து உட்கார்ந்தான்.

"என்ன அது" என்றபடி முக்கால் தூக்கத்தோடு வெளியில் வந்தாள் பிருந்தா. மாக்ஸியில் குண்டாயிருந்தாள்.

"அப்பாவுக்கு உடம்பு சரியில்லையாம் சீரியஸ்னு போட்டுருக்கா."

ம்...

"அப்போ போயிருக்கும்! சீரியஸ்னு சும்மா அடிச்சிருப்பா" கடவுளே! என்று துடித்தான். எப்படி இவளால் இப்படி இரக்கமின்றி பேசமுடிகிறது என்று குமைந்தான். சண்டைபோட இது நேரமில்லை உடனே புறப்படணும்."

உள்ளே வந்து டெலிபோன் சுழற்றினான். விமான நிலையத்தோடு தொடர்பு கொண்டான்.

"என்னால இப்போ வர முடியாது. ஸ்கூல்ல பிரசிடெண்ட் வரார். நா இருந்தே ஆகணும்" என்று முணுமுணுத்தாள் பிருந்தா.

ராமகிருஷ்ணன் தனக்கு மட்டும் அவசர கோட்டாவில் டிக்கெட்டுக்கு ஏற்பாடு செய்துகொண்டான். விடியற்காலை நாலு மணிக்கு விமானம்.

அவன் மட்டும்தான் புறப்படுகிறான் என்று தெரிந்ததும் நிம்மதியாய்த் தூங்கினாள் பிருந்தா.

சிகரெட் ஒன்றைப் பற்றவைத்தபடி பால்கனிக் கதவை திறந்துகொண்டு வெளியில் வந்தான் ராமகிருஷ்ணன். ஊர் முழுக்க உறங்கிக் கொண்டிருந்தது. எங்கும் இருட்டு. தெரு விளக்குகள்கூட மங்கலாய் எரிந்து கொண்டிருந்தன.

காதருகில் அப்பாவின் குரல் மிருதுவாய் கேட்டது போலிருந்தது.

"என்னடா ராம்கி, செகன்ட் கிளாஸ் வாங்கிட்டோமேன்னு வருத்தமார்க்கா? பரவால்ல விடுப்பா... நீ எவளோ ஹார்டு ஒர்க் பண்ணினன்னு எனக்குத் தெரியாதா? இதென்ன எஸ்.எஸ்.எல்.சி தானே? இன்னும் எவ்ளோவோ இருக்கு படிக்கறதுக்கு. பெட்டர் லக் நெக்ஸ்ட் டைம்."

"இல்லப்பா. இந்த மார்க்குக்கு காலேஜ்ல இடம் கிடைக்குமான்னுதான் பயம்மார்க்கு. குவார்ட்டர்லி ஹாஃப் எர்லி எல்லாத்துலயும் என் மார்க்ஸை பார்த்துட்டு நா ஸ்டேட் ஃபஸ்ட் வருவேன்னு எதிர்பார்த்தீங்க இல்லப்பா? நா உங்களை ஏமாத்திட்டேனா?"

"ச்சேச்சே! இப்ப என்ன ஆய்டுத்துன்னு இப்படி வருத்தப்படற? என் பிள்ளை மக்கில்லை! எனக்குத் தெரியாதா? இந்த ஏட்டுப்படிப்புல வாங்கற மார்க் மட்டும்தான் உன் வாழ்க்கையை நிச்சயிக்கப் போறதுங்கற எண்ணத்தை முதல்ல விடணும் நீ."

"மேல்கொண்டு நான் என்ன செய்யட்டும்பா?"

"யோசி! உனக்கு எதெதுல ஆர்வம் இருக்கு, எது எது உனக்கு நல்லா வரும்னு உனக்கு நம்பிக்கையிருக்கு, எல்லாத்தையும் பட்டியல் போட்டு அப்பாகிட்ட குடு. அது எதுலயாவது உன்னை நுழைச்சுவிட நா டிரை பண்றேன்."

"அப்பா...!"

"என்னடா?"

“நீ ஏம்பா என்னைத் திட்ட மாட்டேங்கற? ரமணியோட அப்பா மார்க்ஸ் குறைஞ்சதுக்காக பெல்ட்டாலயே விளாசிட்டார். அதுவும் அரைப்பரிட்சையின் போதே தெரியுமா?”

“அடிச்சதுக்கப்பறம் ரமணி ஃபஸ்ட் மார்க் வாங்கிட்டானா ராம்கி?”

“இல்லையே. அதே மாதிரிதான் வாங்கியிருந்தான்.”

“அப்போ அவர் அடிச்சது வீண்தானே?”

“இருந்தாலும் நீ திட்டக்கூட மாட்டேங்கறயே!”

அவர் அதற்கு பதில் சொல்லாமல் சிரித்தார். அவர் சொன்னபடியே பட்டியல் போட்டு அப்பாவிடம் கொடுத்தான். அந்த பட்டியலில் முதலில் ஃபோட்டோகிராஃபி என்று எழுதியிருந்தது.

அதற்கடுத்த வாரம் அப்பா ஒரு புத்தம் புதிய கேமராவும், நாலைந்து ஃபிலிம் ரோல்களும் வாங்கி வந்தார்.

வீடு முழுக்க எதிர்ப்பு. “அவன்தான் கேட்டான்னா உனக்கெங்க போச்சு அறிவு? உன் வயசுக்கு உனக்கு புத்தி போறாது” என்றாள் பாட்டி.

“இதுக்குதான் என் செயினைக் கேட்டு வாங்கிண்டு போனேளா? நாலு நாள்ள இதை ரிப்பேராக்குவான் உங்க பிள்ளை. பதினஞ்சுவயசு பையன் கேட்டானாம் இவரும் கழுத்து செயினை வெச்சு வாங்கிண்டு வந்தாராம். எல்லாம் என் தலையெழுத்து!” அம்மா ஒப்பாரி வைத்தாள்.

“மொதல்ல வாங்கின எடத்துலயே திருப்பிக் குடுத்துட்டு எதாவது ஒரு காலேஜ்ல பி.ஏ. ஹிஸ்டரியாவது சேர்க்கப்பாருடா. கூடவே டைப்பிங் ஷார்ட் ஹாண்டும் சேரட்டும், எங்கயானும் ஸ்டெனோ வேலை கிடைக்காமயா போய்டும்” என்றார் தாத்தா.

அர்ச்சுனனை தேரில் ஏற்றிக்கொண்டு சாரத்யம் செய்து அவனுக்காக தன் உடம்பிலும் அம்புகளை தாங்கிக்கொண்ட பகவானின் நிலையிலிருந்தார் அப்பா. அத்தனை சொல்லம்புகளையும்

ஏற்றுக்கொண்டு வாழ்க்கையோடு போராடப் புறப்பட்ட அவன் தேரைச் செலுத்தினார். போரில் வெற்றி கிடைத்தது. இன்றைக்கு விளம்பர உலகத்தில் இவனை அறியாதவர் யாருமில்லை. இவன் விளம்பரப் படங்கள் அவார்டுகளை வாரிக் குவித்தன.

சிகரெட் கையைச் சுட, சட்டென்று கீழே போட்டு அணைத்தான். மீண்டும் உள்ளே வந்து ஃப்ரிஜ்ஜிலிருந்து தண்ணீர் எடுத்து குடித்தான். மாக்ஸி முட்டிவரை ஏறியிருக்க அடக்கமின்றிப் படுத்திருந்தாள் பிருந்தா. போர்வையால் போர்த்திவிட்டு மீண்டும் பால்கனிக்கு வந்தான். ஆடும் நாற்காலியில் உட்கார்ந்து வானத்து நட்சத்திரங்களை வெறித்துப் பார்த்தான்.

“சிகரெட் பிடிக்கறயா ராம்கி?”

“அப்பா...”

“பயப்பட வேண்டாம்! உன் உதடு கறுத்திருக்கு, அதான் கேட்டேன்.”

“அதுப்பா... ஃப்ரண்ட்ஸ் எல்லாரும் கம்ப்பல் பண்ணினாங்க. அப்படியே பழகிடுத்து.”

“ஒரு நாளைக்கு எத்தனை பிடிக்கற?”

“நிறைய இல்லப்பா! சாப்ட்டப்பறம் ஒண்ணு பிடிப்பேன். விடிகாலேல ஒண்ணு, ராத்திரி படுத்துக்கும்போது ஒண்ணு. அவ்ளோதான்.”

அப்பா பர்ஸ் திறந்து அவனிடம் நூறு ரூபாய் நோட்டு எடுத்து நீட்டினார்.

“எதுக்குப்பா?”

“உன் சிகரெட் செலவுக்கு.”

“அப்பா... நான்...”

“இன்னும் நீ சம்பாதிக்க ஆரம்பிக்கலை ராம்கி. பதினெட்டு வயசுல, பைசா உன் பிரச்சனையாய்டக் கூடாது. இத்தனை நாள் இந்தப் பழக்கத்துக்காக உன்னோட சில தேவைகளைக்கூட

கட்டுப்படுத்திண்டு சிகரெட் வாங்கியிருப்ப. என் பிள்ளைக்கு என்ன பழக்கம் வந்தாலும் நா கவலைப்பட மாட்டேன். ஆனா பொய் மட்டும் வந்துடக்கூடாது. இந்த உபரிச் செலவுக்காக நீ பொய் சொல்ற நிலமை வந்துடக் கூடாது ராம்கி, நீ சம்பாதிக்கறவரை இதுக்கு நான் பணம் தரேன்."

"இதுக்குகூட என்னை கண்டிக்க மாட்டேளாப்பா? ரமணியோட அப்பா அவனை விளாசித் தள்ளிட்டாராம்."

"ரமணி சிகரெட்டை நிறுத்திட்டானா?"

"இல்லை. வெத்தல பாக்கு கடையில் கடன் சொல்றான். நாலஞ்சு கடையில் கணக்கு வெச்சிருக்கான். எப்படி அடைப்பான்னு தெரியலை."

"உனக்கு அந்த நிலை வரக்கூடாது ராம்கி."

"இதை நிறுத்துன்னு ஏம்பா என்னை கண்டிக்கலை, நீங்க?"

"நல்லது எது, கெட்டது எதுன்னு இனம் பிரிக்கற வயசு உனக்கு வந்தாச்சு ராம்கி. இனிமே நா கண்டிக்கணும்னு இல்லை. நா கண்டிச்சா இதை உன்னால நிறுத்திட முடியுமா சொல்லு."

"....."

"அப்புறம் எதுக்கு கண்டிக்கணும்? அது இடைவெளியை அதிகப்படுத்தும். எந்த ஆர்வத்தில் இதை ஆரம்பிச்சிருந்தாலும், இதை விடணும்னா நீயாதான் முயற்சி எடுக்கணும். அந்த முயற்சியும், உறுதியும் உனக்கு என்னிக்கு வந்து, நீ இதை நிறுத்தினாலும் என்கிட்ட சொல்லு, சந்தோஷப்படுவேன்."

சில விஷயங்களில் அப்பாவின் அணுகுமுறை அவனுக்குப் புரிந்ததேயில்லை. ஆனால் அப்பா வித்தியாசமானவர். அவனிடம் அலாதி நம்பிக்கையும், பிரியமும் கொண்டவர். மரியாதைக்குரியவர். இன்று அவன் வாழ்ந்து கொண்டிருக்கும் செழிப்பான வாழ்க்கைக்கு அடித்தளமிட்டவர். அதன் காரணமாகவே அவரை அவன் தெய்வமாய் மதித்தான்.

“என் தொழிலை முன்னிட்டு நா பம்பாய்லயே செட்டில் ஆய்டலாம்னு இருக்கேம்பா. நீங்களும், அம்மாவும் இந்த ஊரை மறந்துட்டு என்னோட வந்துடணும்பா.”

“முடியாது ராம்கி. பம்பாய் நல்ல இடம்தான். பணம் கொழிக்கற அளவுக்கு செலவும் பிச்சுக்கும். உன்னால நிறையபேரை சமாளிக்க முடியாது. பெரிய வீடா பார்க்கணும். அதுக்கெல்லாம் நிறைய ஆகும். நீயும், பிருந்தாவும் போங்கோ. தனிக்குடித்தனம் ஆரம்பிங்கோ. உன்னால முடியறப்போ முடிஞ்ச பணத்தை அனுப்பி வை. என் பென்ஷனும் வரும். ஏதோ எங்கப்பா கட்டிவெச்ச இந்த வீடு இருக்கு, எங்க ஜீவனம் சிரமம் இல்லாம போகும்.”

பம்பாய்க்கு வந்த நாலைந்து மாசத்தில் பிருந்தா கருவுற்றாள். அவளுக்கு பள்ளி ஒன்றில் நல்ல உத்யோகமும் கிடைத்தது. குழந்தை பிறந்ததும் மெட்ராஸில் தாத்தா பாட்டியிடம் வளரட்டும் என்றாள் பிருந்தா. பிரசவம் சென்னையிலேயே ஆக மூன்று மாசக்குழந்தையை அப்பாவிடமும், அம்மாவிடமும் விட்டுவிட்டு மனைவியோடு ரயிலேறினான். சமயம் கிடைக்கும்போதெல்லாம் மெட்ராஸ் போய் குழந்தையைப் பார்ப்பார்கள்.

வந்த இடத்தில்கூட பிருந்தா குழந்தையை ஒட்டவிடாமல் சிநேகிதிகளைப் பார்க்க ஊர் சுற்றத் தொடங்குவாள். இப்போதுகூட அப்பாவுக்காக இல்லாவிட்டாலும், பிள்ளையைப் பார்க்கவாவது வருவாள் என்று அவன் நினைத்தது வீணாகி விட்டது.

அப்பாவின் போக்குதான் அவனுக்கும். யாரையும் எதற்கும் வற்புறுத்தப் பிடிக்கவில்லை. அன்பும், பாசமும் தானாய் வரவேண்டும். வற்புறுத்தலினால் அது வந்துவிடுமா என்ன...

எங்கோ மணி மூன்றடித்தது. சட்டென்று எழுந்து புறப்படத் தொடங்கினான்.

வாசற்கதவு விரியத் திறந்திருந்தது. சற்று தள்ளி வரும்போதே கட்டை விரல்கள் கட்டின நிலையில் அப்பாவின் கால்கள்

தெரிந்தது. சுற்றிலும் முசுமுசுவென்று அழுகை. மூலையில் துவைத்த துணியாய் அம்மா!

தாத்தாவின் மாரில் படுத்துக்கொண்டு அழுதுகொண்டிருந்த ஆறு வயசு பரத், ராமகிருஷ்ணன் ப்ரீஃப்கேசை ஓரமாய் வைத்துவிட்டு அம்மாவின் அருகில் சென்றான்.

அம்மாவை அணைத்துக்கொண்டு சடலத்தையே ஒரு கணம் வெறித்துப் பார்த்தவன், அடுத்த கணம் மளாரென்று முறிந்த கிளை மாதிரி அம்மாவின் மடியில் முகம் புதைத்துக்கொண்டு ஆறு வயசுப் பையன் மாதிரி சத்தம்போட்டு அழுதான். அந்த அழுகை எல்லாரையும் தொற்றிக்கொள்ள சற்று நேரம் அங்கே ஒப்பாரியின் சத்தம் அதிகரித்தது. சாஸ்திரிகள் அவன் தோள் தொட்டு ஆறுதல் சொல்லி எழுப்பினார்.

“ஆசுவாசப்படுத்திக்கோங்கோ! தோப்பனார்க்கு செய்ய வேண்டியதையெல்லாம் முறையா செய்ங்கோ. அவர் ஆத்மா சாந்தியாய்டும். நாழியாறது, போய் ஜலம் விட்டுண்டு வாங்கோ.”

“பிருந்தா வரலையாடா?” அம்மா கேட்டாள்.

“நீங்க சீரியஸ்னு குடுத்திருந்தேள். அவளுக்கு பிழைச்சுடுவார்னு நம்பிக்கை. ஸ்கூல்ல பிரசிடெண்ட் வராராம், லீவு போடமுடியாத நிலை. அனந்துவை விட்டு இன்னோரு தந்தி குடுக்கறேன். நாளைக்கு காலம்பற வந்துடுவா.”

தீச்சட்டி ஏந்தி அப்பாவுக்கு முன்பு போனபோது உடம்பு நடுங்கியது.

“எனக்கு பிள்ளை பிறந்திருக்குப்பா.”

“சந்தோஷம்டா ராம்கி.”

“பிள்ளைன்னா, மட்டும் ஏம்பா எல்லாரும் சந்தோஷப்படறா?”

“புள்ளைன்னா சந்தோஷம் எதுக்கு தெரியுமா ராம்கி? ‘புத்’ என்கிற நரகத்துலேர்ந்து காப்பாத்தறவன்தான் புத்திரன். கொள்ளி

வெச்சு கர்மம் செய்ய பாத்தியதைப்பட்டவன். செத்தப்பறம் என்ன நடக்கறதுன்னு தெரியாட்டாலும் பிள்ளை பிறந்த உடனேயே நம்பளைத் தெரியாமயே அந்தக் காட்சியை நினைச்சு பார்த்து மகிழத் தோணும். நீ பிறந்ததும் நா நினைச்சு பார்த்தேன் ராம்கி. நா சடலமா போறா மாதிரியும், நீ கொள்ளி போடறா மாதிரியும் நினைச்சு பார்த்து சந்தோஷப்பட்டேன். பிள்ளைன்னா இதுதான் சந்தோஷம். இப்பல்லாம் அந்த சந்தோஷத்துக்கே அர்த்தம் மாறிப்போச்சு, பிள்ளைன்னா வரும்படி, பொண்ணுன்னா செலவுங்கற அர்த்தம் வந்துடுத்து."

"ராம்கி என்ன இது? முப்பத்திரெண்டு வயசுக்கு இப்டி அழுவாளா...! ஆம்பளையில்லையா நீ! அம்மாக்கு தைரியம் சொல்ல வேண்டியவன் நீயே இப்டி அழுதா?" யாரோ கேட்டார்கள்.

ஓட்டைப் பானையை வைத்துக்கொண்டு சுற்றி வந்து தீச்சட்டியிலிருந்து கொள்ளி எடுத்து அப்பாவுக்கு நெருப்பு வைத்தபோது மயக்கம் வந்தது. 'உன் நெஞ்சுல தீயை வைக்கற இந்த க்ஷணம் சொல்றேம்பா, சூட்சும ரூபத்துல நீ என்னை பார்த்துண்டுதான் இருப்ப. உனக்கு தீயிட்ட இந்த கையால இனி சிகரெட் கொளுத்தவே மாட்டேன்.'

மறுநாள் பால் தெளித்து சாம்பலும், எலும்புத் துண்டுகளுமாய் அப்பாவை சேகரித்தபோது வேதனைத் தீ இதயத்தை சுட்டது.

"ஒரு அட்வைஸ் பண்ணட்டுமா ராம்கி?"

"சொல்லுங்கப்பா."

"உன் பிள்ளையை இப்போ நாங்க வளர்க்கிறோம், கொஞ்ச காலத்துக்கப்பறம் அவன் உங்ககிட்ட வருவான். இது மெட்ராஸ் அது பம்பாய். எங்க வளர்ப்பு வேற, உங்க அணுகுமுறை வேறயா இருக்கலாம். அதனால அந்த திடீர் மாற்றத்தை ஏத்துக்க குழந்தை கொஞ்சம் சிரமப்பட்டாலும் படுவான். அதனால நா என்ன சொல்ல விரும்பறேன் தெரியுமா?

உன் பிள்ளைக்கு தகப்பனா இருக்க வேண்டிய விஷயத்துல தகப்பனா இரு. நண்பனா இருக்க வேண்டிய விஷயத்துல நண்பனா இரு. சிலநேரம் புத்தியிலயும், அறிவுலயும் அவன் உனக்கு தகப்பன் ஸ்வாமியா ஆய்ட்டா நீ பணிஞ்சு அவனுக்கு காது கொடுத்து கேளு. அவனுடைய விருப்பு வெறுப்புகளுக்கு மொதல்ல முக்கியத்துவம் கொடுக்கப்பார். பலவந்தமும், தேவையில்லாத கட்டுப்பாடும் ஒருத்தனை வளர்க்காது."

"நல்ல விஷயங்களை ஒரு தகப்பன் ஸ்தானத்துல நின்னு சொல்லாத. ஒரு நல்ல நண்பனா பாவிச்சுண்டு சொல்லிப்பார், அதுக்கு நிச்சயம் பலன் இருக்கும். நா சொல்லித்தான் இதெல்லாம் உனக்குத் தெரியணும்னு இல்லை. இருந்தாலும் அவன் விஷயத்துல இந்த அட்வைஸ் உனக்கு நிச்சயம் கைகொடுக்கும். நம்ம அணுகுமுறை சரியார்ந்தா குழந்தைகள் நம்ம பேர் சொல்லும்படியா நிச்சயம் வளருவா."

கடவுளே அப்பாக்கு ஏன் மரணத்தை கொடுத்த? சிரஞ்சீவியா படைச்சிருக்கக் கூடாதா? யாரோ தோள் தொட்டு ஆறுதல் சொன்னார்கள்.

அதற்கு மறுநாள் காலைதான் பிருந்தா வந்து சேர்ந்தாள். சம்பிரதாயமாய் மாமியாரைக் கட்டிக்கொண்டு அழுதாள். பத்துநாள் காரியத்திற்கும் அவனோடு மடிசார் உடுத்திக்கொண்டு புல்லு பிடித்தாள்.

கிரேக்கியம் முடிந்ததும் புருஷனோடு தனியாய்ப் பேசினாள்.

"இனிமே அம்மா மட்டும் எதுக்கு இங்க தனியா? பரத்தை நல்ல ஸ்கூல்ல சேர்க்கணும், ரெண்டுபேரையும் கூட்டிண்டு பம்பாய்க்கே போய்டுவோம்."

"அம்மா இதுக்கு சம்மதிப்பாளா? செண்டிமெண்ட் அது இதுன்னு அப்பா வாழ்ந்த இந்த வீட்டை விட்டு வரமாட்டாளே."

"அப்போ அவ இருக்கட்டும். பரத்தை போகும்போது நாம அழச்சுண்டு போகத்தான் வேணும்."

பரத் 'நான் வரவில்லை' என்றான்.

"பம்பாய்ல பெரிய பெரிய ஸ்கூல் எல்லாம் இருக்குடா கண்ணா. நீ படிச்சு பெரிய ஆளா வரலாம் அங்க வந்தா."

"அப்டின்னா இந்த ஊர்ல படிச்ச பெரிய ஆளே இல்லையா அம்மா?"

"இதைவிட அங்க நல்லா படிக்கலாம் பரத்."

"நா வரமாட்டேன். இங்கதான் இருப்பேன். நா பாட்டு கத்துக்கப் போறேன். சரி கம பத நீஸ பாடுவேன். பாடறேன் கேக்கறயா?"

குழந்தை அழகாகப் பாடிக் காட்டினான்.

"ஒழுங்கா படிக்கற வழியப் பாரு சனியனே? இப்பவே பாட்டும் கூத்தும் எதுக்கு?"

"மாட்டேன் நா கத்துப்பேன். தாத்தா என்னைப் பாட்டு கிளாஸ்ல சேர்க்கறேன்னு சொல்லியிருந்தார்."

"ஓஹோ! போற காலத்துல அவர் கொடுத்த செல்லம்தானா இது! குட்டிச்சுவராக்கியாச்சா செல்லம் கொடுத்தே? த பாருங்கோ மொதல்ல இவனை இங்கேர்ந்து கிளப்பணும், இன்னும் குட்டிச்சுவராகறதுக்குள்ள" பிருந்தா படபடக்க,

ராமகிருஷ்ணன் தன் சக்தியனைத்தையும் தன் கையில் திரட்டி பிருந்தாவின் கன்னத்தில் வேகமாக இறக்கினான்.

———

18 மரணம் என்பது

சைக்கிளை சடக்கென்று நிறுத்தினார் சாமிநாதன். பெரிய வீட்டுத் திண்ணையில் மருதாசலம் மல்லாந்திருந்தார். வாய் லேசாகப் பிளந்திருக்க ஒரு மாதிரியாகப் படுத்திருந்தவரைக் கண்டு சாமிநாதன் வேகமாக அருகில் வந்து உற்றுப் பார்த்தார். நாசித் துவாரத்தில் உள்ளங்கை வைத்துப் பார்க்க, மருதாசலம் அந்த ஸ்பரிசத்தில் கண் விழித்தார்.

“யாரு...?”

“நாந்தான் சாமிநாதன்.”

“என்ன வேணும்?”

“ஒண்ணுமில்ல... ஒரு மாதிரியா படுத்துக் கிடந்தீங்க. வாய் வேற பொளந்திருந்துச்சா... போய்ட்டீங்களோன்னு நினைச்சேன். நீங்களா போவீங்க? என்ன மாதிரி உடம்பு இது?”

மருதாசலம் விரக்தியாய் சிரித்தார். “அதான் வரமாட்டேங்குதே சாமி! அதுக்குத்தானே தினமும் காத்திருக்கேன்!” என்றார்.

“உனக்கென்னய்யா. ராசா நீர்! உன் சாவை கல்யாணம் மாதிரி தடபுடல் பண்ணிடுவானுங்க உம்பிள்ளைங்க. நிறைஞ்ச மனுஷரய்யா நீர்! பிள்ளைங்க, மருமகளுங்க வாய்க்கரிசி போட பொண்ணுங்க, நெய்ப்பந்தம் ஏந்த பேரப்பசங்கன்னு... உனக்கென்னய்யா எல்லாம் ஜோரா நடக்கும். என்னைச் சொல்லு... ஒரு பூச்சிப்புழு இல்லை. செத்தா அழ ஆளில்ல. தனிக்கட்டை. எவனாவது பார்த்து தர்மக் கொள்ளி போட்டா உண்டு.”

மருதாசலம் சாமிநாதனை இரக்கத்தோடு பார்த்தார். உண்மைதான். அவருடையது நிறைந்த குடும்பம்தான். மகிழ்ச்சியான குடும்பம்தான். அவர் செத்துப்போனால் எல்லாம் ஜாம் ஜாமென்று நடக்கும்தான். ஆனால், அது மட்டும் போதுமா...

சாமிநாதன் சைக்கிளைத் தள்ளிக்கொண்டு போய்விட்டார். மருதாசலம் சிந்தனையில் ஆழ்ந்துபோனார். பங்குனி பிறந்தால் அவருக்கு சரியாக நூறு வயது. இந்த வயதிலும் கூர்மையான கண்பார்வை, வலுவான கடைவாய்ப் பற்கள். முன் பல்தான் விழுந்துவிட்டது. பட்டணத்துப் பேரன் அடிக்கடி கேட்பான், எப்படி தாத்தா இந்த வயசுலயும் ஆரோக்கியமா இருக்கீங்க என்று.

ஒழுக்கம்தாண்டா என்பார். சிகரெட், புகையிலை, மது என்று எந்த பழக்கமும் இல்லை. தினமும் செய்த சூரிய நமஸ்காரம், குடித்த கேழ்வரகுக் கஞ்சி, நீராகாரம், யோகாசனம், கட்டுப்பாடான தாம்பத்ய வாழ்க்கை எல்லாம்தான் காரணம். ஆனால், இப்போது தோன்றுகிறது எதற்கு இத்தனை ஆரோக்கியம் என்று... இந்த ஆரோக்கியத்தால் யாருக்கும் பயனில்லை என்று தோன்றுகிறது. ஆரோக்கியமாயிருப்பது அவசியம் என்று வாய்கிழியச் சொல்வார்கள். பக்கம் பக்கமாக எழுதுவார்கள். ஆனால், ஆரோக்கியமாய் அப்படி நூறுவயதுவரை வாழ்பவனை எரிச்சலோடு பார்க்கிறது சொந்தமும், சுற்றமும். இன்னும் வாழ்ந்து எதை சாதிக்கப் போகிறாய் கிழமே என்று கேட்கிறது. இன்னும் எத்தனை மூட்டை அரிசி போட்டு வெச்சிருக்கோ இந்த கிழத்துக்கு அத்தனையும் முழுங்கிட்டுதானே போகும் என்று சின்ன மருமகள் நேற்று யாரிடமோ சொல்லிச் சிரிக்கிறாள். அதற்கும் முன்பு ஒருநாள் இரவு போரடித்ததே என்று டி.வி முன்பு போய் உட்கார, கிழத்துக்கு நூறு வயசுலயும் என்ன ஆசை பாரு! என்று கேலி செய்கிறாள். மூப்பு உடலுக்குத்தான் என்று யாருக்குப் புரிகிறது... உடல் முதுமையடைந்துவிட்டால் மனமும் அனைத்தையும் துறந்துவிட வேண்டுமா என்ன? அவருடைய சின்ன வயதில் இந்த டி.வியெல்லாம் ஏது? அவருடைய சம வயதுக்காரர்கள் இந்த அதிசயமெல்லாம் பார்க்காமலேயே

மண்டையைப் போட்டுவிட்டார்கள். ஏதோ இவருக்கு ஆயுள் கெட்டி. இந்த நூற்றாண்டில் அதிசயங்களை பார்க்கிறார். பார்த்தால் என்ன? இதற்கு வயது தடை செய்யப்பட்டிருக்கிறதா என்ன? இத்தனை வயது வரைதான் இதைப் பார்க்க வேண்டும் என்று ஏதாவது சட்டம் இருக்கிறதா? அவருக்குப் புரியவில்லை. சாமிநாதன் சொல்வதையே பெரிய பிள்ளையும் அடிக்கடி சொல்லிக் கேட்டிருக்கிறார். 'எங்கப்பா மட்டும் செத்துட்டா இந்த ஊரையே கலக்கிடுவேன் பாரு, சாவு ஊர்வலமா, கல்யாண ஊர்வலமான்னு அவனவன் மூக்கில விரலை வெக்கணும். வாண வேடிக்கையோட, கொட்டு பறையோட அவரை கொண்டு போவேன் பாரு' என்பான். அதை நினைத்தால் மருதாசலத்திற்கு சிரிப்பு வரும். செத்தவனுக்கு என்ன தெரியப்போகிறது? மரணத்திற்குப் பின்னால் மகிழ்ச்சியும், துக்கமும் ஏது? அவரைத் திருப்திப்படுத்தவா வாண வேடிக்கையும், பூப்பாடையும்? நிச்சயம் இல்லை. ஊருக்கு முன்னால் நிமிர்ந்து நிற்க. தன் பெருமையைக் கொண்டாட. பறையடித்துத் தன் பணத்திமிரைக் காட்டிக்கொள்ள! மற்றபடி யாருக்கும் அன்பு இல்லை. இருந்தால் எந்த வயதிலும் உதாசீனப்படுத்த மாட்டார்கள். 'எத்தனை மூட்டை அரிசி பாக்கியிருக்கோ, கொட்டிக்கொள்ள...' என்று குத்திப் பேச மாட்டார்கள். டி.வி பார்த்தால் வயதை சம்பந்தப்படுத்தி கிண்டல் செய்யமாட்டார்கள். பணம் காசு, நகை நட்டு, வீடு நிலம் என்று சகல வசதிகளும் சேர்த்துக்கொடுத்துவிட்டு இடைஞ்சல் செய்யாமல் மண்டையைப் போட்டுவிட வேண்டும். சேர்த்தவற்றை அனுபவிக்க அவருக்கு உரிமை கிடையாது. இதுதான் இன்றைய இளவயதினரின் எதிர்பார்ப்பு. வயதானவர்கள் அவர்களுக்கு இடைஞ்சல்கள்.

பட்டணத்துப் பேரன் கொஞ்சம் அவர் மீது அன்பு வைத்திருப்பவன். அவன் நாளை ஊருக்கு வருகிறான். வந்தால் அவருக்கு பழம் வாங்கிக் கொடுப்பான். சாப்பிட்டாயா தாத்தா என்று கேட்பான். பேப்பர் படித்து நாட்டு நடப்பு சொல்லுவான். அவன் மட்டும் தப்பிப் பிறந்தவன். ஊருக்கு வந்தவுடனும், புறப்படும்போதும் அவரை மறக்காமல் நமஸ்கரிப்பான். பேரனுக்காக இன்னும் பதினெட்டு மணிநேரம் காத்திருக்க வேண்டுமே என்று மலைப்பாயிருந்தது.

பதினெட்டு மணிநேரமும் மெல்ல மெல்ல கரைந்து, 'தாத்தா...' என்ற குரலோடு பேரன் ஓடிவந்தபோது கண்ணீர் கசிந்து வழிந்தது.

"நல்லார்க்கீங்களா தாத்தா?"

"இருக்கேம்பா."

"அசோக், உள்ள வா. வந்து கைய கால கழுவி ஏதாவது சாப்ட்டுட்டு பேசு" என்றாள் மூத்த மருமகள் வாசலுக்கு வந்து.

"போப்பா, போய் ஏதாவது சாப்டு." பேரன் உள்ளே போக திண்ணை வெற்றிடமாயிற்று. உள்ளே போனவன் பிறகு மூன்று மணிவாக்கில்தான் வெளியே வந்தான். தன் பைக்கை எடுத்து தூசுதட்டி ஏறி அமர்ந்தான். "ஃப்ரண்ட்ஸை பார்த்துட்டு வரேன் தாத்தா" என்றவாறு வண்டியை கிளப்பிச் சடுதியில் மறைந்தவன் அதற்குப் பிறகு உடம்பாய்த்தான் திரும்பி வந்தான். இல்லை... வந்தது வெறும் பொட்டலம். அதுதான் பேரன் என்றபோது பூமி பிளந்தாற்போலிருந்தது. வீடு மயானமாயிருந்தது. 'பூட்டி வெச்சிருந்த பைக்கை சரியார்க்கான்னுகூட பார்க்காமலா ஒரு புள்ளை எடுத்துக்கிட்டு போவான்... அதுவும் பிரேக் இருக்கான்னுல்ல முக்கியமா பார்க்கணும், போயும் போயும் எமன் லாரி ரூபத்துலயா வந்து வாரிக்கிட்டு போவணும்?'

கிழவர் துடிதுடித்தார். அந்த துடிதுடிப்பு யாருக்கும் புரியவில்லை. "உள்ள வந்த புள்ளையை தொட்டுத் தழுவின தோஷம் அவன் ஆயுசும் தனக்கே சேர்த்துக் கொண்டுவிட்டது கிழம்" என்று சத்தமாக உள்ளே நடந்த விமரிசனம் நெருப்பள்ளிக் கொட்டினாற்போலிருந்தது. 'இத்தனை வயசுக்கு இந்த கெழம் கல்லுக்கணக்கா இருக்க குருத்தைப் பறிச்சுக்கிட்டு போய்ட்டுதே பாவி தெய்வம்!' என்றது ஒரு வாய்.

'எல்லாரையும் அனுப்பிட்டுதான் அது போகும்' என்றது ஒரு குரல். பேரனுக்கு கண்ணீர் சிந்துவதைவிட, கிழவரை சொல்லால் சுடுவதே அங்கு முக்கிய காரியமாயிருந்தது. கிழவர்

சல்லடையாயிருந்தார். அவரால் தாங்க முடியவில்லை. ஒருவர் ஆயுளை ஒருவர் எடுத்துக்கொள்ள முடியுமா? அப்படி முடியும் என்றிருந்தால் இந்த நூறு வயதையும் ஆளுக்குக் கொஞ்சம் பிரித்துக் கொடுத்துவிட்டு எப்போதோ மண்டையைப் போட்டிருப்பேனே என்று துடித்தார்.

பத்தாம் நாள் காரியத்தின் போதுதான் உச்சக்கட்டம்.

"சாப்ட வாங்க" என்று மருமகள் அழைக்க, அது மனதில் பதியாமல் "எதுக்கு" என்றார் மருமகளிடம், "சாப்டத்தான், வேறெதுக்கு? வந்து உங்க பேரன் பங்கையும் சேர்த்து முழுங்கிட்டு தீர்க்காயுசா இருங்க" என்ற வார்த்தை சுத்தமாய் அவரைப் பிளந்துவிட்டன. "எனக்கு சாப்பாடு வேண்டாம்" என்றார். "ரோஷத்தைப் பாரு" என்று முணுமுணுத்தபடி உள்ளே சென்றாள். அவள் கத்திச் சொன்னது எல்லார் காதிலும் நிச்சயம் விழுந்திருக்கும். அவள் பேசியது தவறு என்று ஒருவரும் கண்டிக்கவில்லை. இது எதைக் காட்டுகிறது? ஒரு வயதுக்கு மேல் வாழக்கூடாதோ? அவருக்கு மட்டும் வாழ வேண்டும் என்று ஆசையா என்ன? பேரனை இருபது வயதில் வாரிக்கொண்டு போன எமன் அவர் அருகில் இன்னும் நெருங்காதது அவருடைய துரதிருஷ்டம், அதற்கு என்ன செய்ய முடியும்?

அன்று முழுக்க அவர் தூங்கவில்லை யோசித்தார்... யோசித்தார்... நள்ளிரவில் மனம் ஒரு தீர்மானத்திற்கு வர எழுந்தார். தன் டிரங்குப் பெட்டியைத் திறந்து ஒரு பழைய நாற்பது பக்க நோட்டை எடுத்து காலியாயிருந்த ஒரு பக்கத்தில் பேரன் வாங்கிக் கொடுத்திருந்த பேனாவினால் எழுத ஆரம்பித்தார்.

'மரணம் என்பது நாம் கேட்டதும் கிடைக்கக்கூடிய ஒன்றல்ல. பிறக்கும்போதே நிச்சயிக்கப்பட்டு, நாளும் தேதியும் காலமும் மனித ஞானத்திற்கு எட்டாமல் பிரும்ம ரகசியமாய் வைக்கப்பட்டிருக்கும் விஷயம். என் மரணமும் எனக்குத் தெரியாத ரகசியம்தான். விருப்போ, வெறுப்போ அது தானாய் வரும்வரையில் வாழ்ந்துதானே தீர வேண்டும்? என் பேரனின்

மரணம் எனக்கு மட்டும் சந்தோஷமான விஷயமா என்ன? அந்த மரணத்திற்கும், என் ஜீவிதத்திற்கும் ஒரு சம்பந்தமும் இல்லை. இனி உங்களுக்கு பாரமாயிருக்க விரும்பவில்லை. நீங்கள் அனைவரும் தீர்க்காயுளோடு வாழ என் நிறைந்த ஆசிகள் எப்போதும் உண்டு. நான் போகிறேன் தேட வேண்டாம். கால ஓட்டத்தில் என் மரணச்செய்தி கிடைத்தால்... கொள்ளியிட என் உடலைத் தேட வேண்டாம். நீங்கள் மட்டும் முழுக்கு போட்டு விடுங்கள் போதும்.'

நோட்டுப் புத்தகத்தை விரித்த நிலையில் வைத்துவிட்டு, கருங்கல் ஒன்றை மேலே வைத்துவிட்டுப் புறப்பட்டார். காரிருளில் மெல்ல நடந்தவரை இருள் விழுங்கிக்கொண்டது.

——

19 பிரிவு

பானுமதி யோசித்துப் பார்த்தாள். இருபது வருட தாம்பத்தியத்தில் அவளுக்கும், ரவிக்கும் சின்னச் சின்ன ஊடல்கள் இருந்திருக்கின்றன. மற்றபடி ஒரு சின்ன விரிசலோ அல்லது கண்ணீர்த் துளிகளோ எதுவும் இல்லை. ஒரு வாரம் முன்புகூட தமாஷாய்த்தான் பேசினார்.

"பானு, உனக்கும் எனக்கும் எவ்ளோ வயசு வித்தியாசம்?"

"அஞ்சு."

"ம்ஹூம் ஆறு மறந்துட்டயா? நம்ம கல்யாணத்தின்போது உனக்கு இருபது, எனக்கு இருபத்தாறு. ஆறும் ரெண்டும் எட்டுன்னு வர்றதே... இன்னும் ஒரு வருஷம் கழிச்சுக் கல்யாணம் பண்ணுவோமேன்னு உங்கப்பாகூட நியூமராலஜி பார்த்துத் தயங்கினாரே. நினைவில்லையா?"

"அதுக்கென்ன இப்போ?"

"அதுக்கென்னவா? உனக்கு நாப்பது வயசுலயே ரெண்டு காதுகிட்டேயும் நரைச்சாச்சு. ஐயாவோட தலையைப் பார்த்தாயா? ஏதேனும் ஒரு நரைமுடி கண்டுபிடியேன் பார்ப்போம்."

"அதனாலே வயசு இன்னும் இருபத்தாறுன்னே நினைப்போ?"

"அப்படித்தான் எங்க ஆபீஸ்ல புதுசா சேர்ந்திருக்கற லேடி டைப்பிஸ்ட் நினைச்சுண்டிருக்கா. போன வருஷம்தான் என் ஒரே பெண்ணுக்குக் கல்யாணம் பண்ணினேன்னு சொன்னா, நம்பமாட்டேங்கறா. உங்க இளமையின் ரகசியம் என்னன்னு கேக்கறா."

"காயகல்பம்னு சொன்னிங்களாக்கும்."

"இல்லடி, இல்ல... பானுகல்பம்னேன். அவ காதுல பானு கர்ப்பம்னு விழுந்துடுத்து. என்ன சார்ங்கறா கிண்டலா!"

"போதும் போதும்... நாப்பது வயசுக்கு மேல நாய் குணம்ங்கறது சரியாத்தான் இருக்கு. அசட்டுப் பிசட்டுன்னு...!" பானு பொய்க்கோபத்தோடு எழுந்து செல்ல, அவர் விழுந்து விழுந்து சிரித்தார். அப்படிச் சிரித்தவர்தான் இப்போது மரணப்படுக்கையில் கிடக்கிறார்.

பானுவால் நம்பத்தான் முடியவில்லை. காலையில் ஆபீஸுக்குக்கூட நன்றாய்த்தான் புறப்பட்டுப் போனார். பதினோரு மணிவாக்கில் ஆட்டோ ஒன்று வந்து நிற்க... யாரென்று எட்டிப் பார்த்தவள் பதறிப்போனாள்.

"என்னாச்சு...?" என்றபடி ஓடினாள். மயக்கமாய்க் கிடந்தவரை மடியில் கிடத்தியபடி ஆபீஸ் ஊழியர்கள் இருவர் ஆட்டோவில் வந்திருந்தனர்.

"திடீர்னு மயக்கம் போட்டு விழுந்துட்டார்மா. பக்கத்துல ஒரு டாக்டரைக் கூட்டிட்டு வந்து காண்பிச்சோம். "உடனே ஹாஸ்பிட்டல்ல சேர்த்துடுங்க. கொஞ்சம் சீரியஸா தெரியுது"ன்னு சொல்லிட்டார். உங்களையும் கூட்டிட்டுப் போலாம்னு இந்த வழியா வந்தோம். சீக்கிரம் வாங்கம்மா" என்றனர்.

அவ்வளவுதான். கட்டின புடவையோடும், கலைந்த தலையோடும் கைப்பையில் அவசரச் செலவுக்குக் கொஞ்சம் பணத்தை அள்ளித் திணித்துக்கொண்டு வீட்டைப் பூட்டக்கூட நேரமில்லாமல்... பூட்டு, சாவியை அடுத்த வீட்டம்மாளிடம் கொடுத்து பூட்டச் சொல்லிவிட்டு ஓடி வந்தாள்.

மருத்துவமனையில் ஏகப்பட்ட பரிசோதனைகளுக்குப் பிறகு "மூளையில் கட்டி... தவிர, ஒரு ரத்தக்குழாய் வெடித்துச் சிதறி ரத்தம் உறைஞ்சிருக்கு. உடனடியாக ஆபரேஷன் செய்ய வேண்டும்" என்றார் டாக்டர்.

“சரியாயிடுமா டாக்டர்?”

“ரிஸ்க்தாம்மா. எதுவும் சொல்றதுக்கில்லை. எங்க கடமையை நாங்க செய்யறோம். கடவுளையும் வேண்டிக்குங்க... அவன் மனசு வெச்சா நிச்சயம் சரியாயிடும்.”

பானுமதி சற்றுத் தள்ளி அமர்ந்து அவரையே வெறித்துப் பார்த்தாள். மூக்கிலும், வாயிலும் டியூப்கள். தலை மழுங்க மொட்டையடிக்கப்பட்டிருந்தது.

“நரையில்லையே என்று பெருமைப்பட்டாயே என் பதியே! நீ கண் விழித்து எழுந்து கண்ணாடியில் உன்னைப் பார்த்தால் கண் கலங்குவாயா? போகட்டும். மூளைக்கு வந்திருப்பது முடியோடு போகட்டும். மீண்டும் கருகருவென்று அது வளர்ந்துவிடும்.”

“கடவுளையும் வேண்டிக்குங்க... அவன் மனசு வெச்சா நிச்சயம் சரியாயிடும். உள்ளுக்குள் டாக்டரின் வார்த்தைகள் எதிரொலித்தன.” போய் விடுவாயா... திரும்பி வருவாயா? ஒருவேளை போய்விட்டால்...?

“பானு, நீ எதுக்கும் அழக்கூடாது. நான் செத்தா கூட!”

“இதென்ன பேச்சு?”

“அதுக்கில்ல பானு... எங்க ஆபீஸ்ல வேலை பார்க்கற ஒருத்தர் நேத்திக்கு திடீர்னு ஹார்ட் அட்டாக்ல போயிட்டார். காலைல தகவல் வந்ததும் எல்லோரும் போய் பார்த்தோம். அவர் பெண்டாட்டி கதறின கதறல் இருக்கே... கண் கொண்டு பார்க்க முடியல. எனக்கென்னமோ நான் பொணமா படுத்துண்டிருக்கா மாதிரியும், நீ என் மேல விழுந்து புரண்டு அழறா மாதிரியும் மனசுல ஏதேதோ பிரமை...! அப்பலேர்ந்து மனசே சரியில்லை.”

“சரி... சரி... எதுக்குக் கண்டதையும் நினைச்சுண்டு. எல்லோரும் ஒரு நாளைக்குப் போய்த்தான் ஆகணும். யார் முந்தி, யார் பிந்திங்கறதுதான் பிரம்ம ரகசியம். மரண ரகசியத்தை ஏன் மனுஷனுக்கு எட்டாமயே வெச்சிருக்கான் கடவுள்? கடைசி விநாடி வரைக்கும் பயமில்லாம, சந்தோஷமா வாழட்டுமேன்னுதான்.

அறிஞன் மரணத்தைக் கண்டு கலங்கமாட்டான். மரணம்ங்கறது உடம்புக்குத்தான். ஆத்மா சட்டைய மாத்தறதுக்குப் பேர்தான் மரணம்னு மரணத்தைப் பத்தி கீதைல ஒரு அத்தியாயமே இருக்கு."

"அப்போ நீ அறிவாளியா, சாதாரண மனுஷியா?"

"இப்படிக் கேட்டா?"

"ஒருக்கால் நான் போயிட்டா நீ அழுவியா, மாட்டாயா? ஆனா, நீ போயிட்டா நான் நிச்சயம் அழுவேன். நா சாதாரண மனுஷன்தான். ஆனாலும், நீ அழறதை என்னால தாங்கிக்க முடியாது பானு, இதுவரைக்கும் உன்னைக் கண்கலங்க விட்டதில்ல, என் சாவுக்கப்புறமும் நீ கலங்கக்கூடாது."

"கவலையே வேண்டாம்... உங்க மேல நான் உசிரையே வெச்சிருக்கேன். உண்மைதான். ஆனா, வாழ்க்கையில் எந்த நேரமும் எந்தச் சோதனையும் ஏற்படலாம். யாரும் அதுக்கு விதிவிலக்கல்ல... அப்படி ஒரு கஷ்டம் வந்தா நான் அதை தாங்கித்தானே தீரணும். இப்படியெல்லாம் நிறைய யோசிச்சிருக்கேன். அதுவும் சந்தோஷம் ஜாஸ்தியாறப்பல்லாம் இப்படி ஒரு சிந்தனையும் எனக்கு ஏற்படும். அப்பல்லாம் என்னை நானே சமாதானப்படுத்திப்பேன். அடி பானு, திருமண வாழ்க்கைங்கறது ரயில் பயணம் மாதிரிதாண்டி. தனித்தனியா எங்கெங்கோ இருந்த ரெண்டுபேரும் ஒரே வண்டில ஜோடியா ஏறிப் பயணத்தை ஆரம்பிச்சிருக்கீங்க. ஏறுவதற்கு முன்னாடி, நீ யாரோ, அவர் யாரோ. பாதிலேர்ந்துதான் பழக்கம். கடைசிவரை யாரும் யாருக்கும் துணையிருக்கவும் முடியாது. அவாவா ஸ்டேஷன் வந்தா இறங்கிட வேண்டியதுதான்."

"யார் முன்னால இறங்கினாலும், மத்தவங்க அதுவரைக்கும் நெருங்கிப்பழகின ஒரு தோழமை உணர்வுள்ள பயணியா மாறி, கையசைத்து வழியனுப்பத்தான் வேணும். தெய்வ சித்தத்தால் இதுவரை இருவரும் வண்டில பயணம் பண்ணினோம். ஒருத்தருக்கு ஒருத்தர் உபசாரம் பண்ணிண்டோம், அன்பா இருந்தோம். உங்களுக்கு முன்னால நான் இறங்கறேனோ, எனக்கு முன்னால

நீங்களோ? யாருக்கும் யாரும் சாஸ்வதமில்லை. எங்கேர்ந்து வந்தோமோ அங்கயே திரும்பப் போய்த்தான் ஆகணும். இனி பிறவி வேண்டாம் பகவானேன்னு ஒருத்தருக்காக ஒருத்தர் வேண்டிப்போம். மத்தபடி எல்லாத்துக்கும் நான் தயாராதான் இருக்கேன். எங்கப்பா என்னைச் சாதாரணமா வளர்க்கலை. பகவத்கீதையிலிருந்து பஜகோவிந்தம் வரை அத்தனை உபதேசமும் சொல்லிச் சொல்லி வளர்த்தார். நானும் சும்மா மேலுக்குப் படிக்கலை. ஆத்மார்த்தமா ஒன்றிப்போயிருக்கேன் அதுல."

ரவி அப்படியே பிரமித்துப் போய்விட்டார்.

"என்ன அப்படிப் பாக்கறிங்க?"

"இல்ல, பானு நீதானான்னு பாக்கறேன். என் பானு இவ்ளோ ஞானியா? ஆனா, உன் அளவுக்கு எனக்கு ஞானம் இருக்கானு தெரியல பானு, எனக்கு முன்னால நீ இறக்கறதை என்னால நினைச்சுக்கூடப் பார்க்க முடியாது. எனக்கு அவ்ளோ தைரியமில்லை. நீயே சொல்லேன். சாமி இப்போ வந்து, "யார் வேணும்னாலும் உங்க இஷ்டப்பிரகாரம் வாங்க, யார் மொதல்ல வரப்போறிங்க"ன்னு சாய்ஸை நம்மகிட்டயே குடுத்துக் கேட்டா, நீ என்ன சொல்லுவே? சுமங்கலியா போகணும்னு முந்திப்பியா என்னை விட்டுட்டு?"

"நிச்சயம் மாட்டேன். கடைசிவரை உங்களுக்கு உபசாரம் பண்ணிண்டு உங்களை வழியனுப்பிட்டுத்தான் நான் போவேன். எனக்கப்புறம் நீங்க இந்த லோகத்துல கஷ்டப்படவே கூடாது. நினைத்துப் பார்க்கப் பார்க்க வியப்பாயிருக்கிறது. சிலநேரம் நாம் பேசும் பேச்சுக்களுக்கு எவ்வளவு அர்த்தங்கள் ஏற்பட்டு விடுகின்றன? இதோ வண்டி மெதுவாகச் செல்கிறது. இது ஸ்டேஷனில் நிற்பதற்கா அல்லது சிக்னல் கிடைப்பதற்கா? பச்சை விளக்கு எரிந்து பயணம் தொடருமா அல்லது துணையாய் வந்தவன் இறங்கிவிடப் போகிறானா? எதாயிருந்தாலும் ஏற்றுக்கொள்ளத்தான் வேணும். மனசுக்குள் லேசாய் பிரிவுத்துயர் இருந்தாலும்,

சந்தோஷமா விடை கொடு பானு, எதுவும் உன் விருப்பமோ... உன் கையிலோ இல்லை. உன் தோழனை வாழ்த்தி வழியனுப்பி வை. இதுவரை நல்ல துணையாய் உன்னோடு அவன் நடத்திய இனிய பயணத்துக்கு நன்றி சொல்."

சிப்பந்திகள் உள்ளே வந்தார்கள். ஸ்ட்ரெச்சரில் ரவியை ஏற்றினார்கள். பானுமதி மெல்ல ரவியின் அருகில் வந்தாள் அவரையே உற்றுப் பார்த்தாள்.

"நன்றி தோழனே! இதுதான் நீ இறங்க வேண்டிய இடம் என்றால், நிம்மதியாய்ச் சென்று வா. தெய்வச் சித்தம் இருந்தால் மீண்டும் சந்திப்போம். இப்பிறவியில் என்னை இனிமையாக, மகிழ்ச்சியாக வைத்திருந்தாயே... அதற்கு என் நன்றி. என் பயணம் அதிர்வு இல்லாமல், சோர்வு இல்லாமல், மகிழ்ச்சியாய் அமைய உதவினாயே...! என் பயணம் முடிந்து நான் இறங்கும்வரை உன்னை மறவேன். பிறவிப் பெருங்கடல் இனி உனக்கு வேண்டாம். நீ மீண்டு வந்தாலும் மகிழ்ச்சி. மாண்டு போனாலும் சிற்றுயிர் பேருயிரோடு கலந்ததென்று ஆறுதல் கொள்வேன்."

ஆபரேஷன் தியேட்டர் வரை கூடவே சென்றாள் பானுமதி.

தியேட்டர் கதவு மூடப்பட்டது!

———

20 புதியதோர் உலகம் செய்வோம்

வெகுநாளாகக் காணாமல் போயிருந்த மேகங்கள் வானத்தில் ஒன்றுகூடி முட்டிக்கொண்டும், உரசிக்கொண்டுமிருந்ததால் இடியும் மின்னலுமாக இருந்தது. மழையை இன்னும் காணவில்லை. வெப்பம் குறைந்து காற்றில் குளுமை பரவியிருந்தது. கணேசன் மொட்டைமாடிக்கு வந்தான். வானத்தை அண்ணாந்து பார்த்தான். மேகத்திரட்சியும், பரவி வந்த இருட்டும் மனதுக்கு சந்தோஷமாயிருந்தது. மாலை மணி நான்குதான் என்றாலும், ஆறு மணிபோல் இருட்டியிருந்தது மழை கொட்ட வேண்டும். பூமி குளிர வேண்டும். வறட்சி தீர வேண்டும். கார்ப்பரேஷன் பம்ப்பில் தண்ணீர் வரவேண்டும்.

கணேசன் தடுப்புச்சுவரருகில் வந்து முற்றத்தை எட்டிப் பார்த்தான். அம்மா பக்கெட்டு குடங்களைத் தயார் நிலையில் வைத்திருந்தாள் மழைத்தண்ணீர் பிடிக்க.

மாடியை ஒட்டி முற்றத்துப்பக்கம் தகரக் கால்வாய் கட்டி இருந்தது. அதன்வழியே வரும் தண்ணீர் முற்றத்தில் அருவியாய்க் கொட்டும். வீட்டுக்குள் குடிதண்ணீர் வந்து வருஷக்கணக்காகிறது. தெரு பம்ப்பில்தான் கியூவில் நின்று தண்ணீர் பிடிக்கவேண்டும். மழை வந்துவிட்டால் தெருவுக்கு ஓட வேண்டாம். இலேசாக ஆரம்பித்த தூறல் இரண்டே நிமிடத்தில் பெருமழையாக வலுத்தது. மழை சந்தோஷமான விஷயம். கணேசன் மொட்டைமாடியின் மையத்திற்கு வந்து சம்மணமிட்டு அமர்ந்தான். தபஸ் செய்வதுபோல் உள்ளங்கைகளை ஒன்றன்மேல் ஒன்று வைத்து வயிற்றுக்கு கீழே சம்மணக் கால்களின்மீது வைத்து கண்மூடிக்கொண்டான்.

மழை வலுக்க வலுக்க உடம்பு விறைத்து நிமிர்ந்தது. மயிர்க்கற்றைகளிலிருந்து நெற்றி, புருவமேடு வழியாக இமைகள் நனைந்தபோது இதயம் சிலிர்த்தது. மழை சுகம்! மழை நிம்மதி! மழை ஆனந்தம்! மழை ஐஸ்வர்யம்! மழையை வெறுப்பவன் மனிதனே இல்ல, விலங்குகள்கூட மழையை விரும்பும். வாயுதேவனுக்கு நன்றி! வருண தேவனுக்கு நன்றி! சூரிய தேவனுக்கு நன்றி.

"கணேசா... என்னடா இது?"

தபஸ் கலைந்து கணேசன் கண் திறந்தான். மாடிக்கதவருகில் சம்பத் நின்றிருந்தான்.

"வாடா."

"அது சரி, நீ மொதல்ல மழைலேர்ந்து எழுந்து இங்க வாடா."

கணேசன் எழுந்து ஈரம் சொட்டக் கீழே வந்தான். அம்மா பதறினாள். "என்னடா இது? புதுமழை உடம்புக்கு ஆகுமா?"

"நீயும்தான் தண்ணி பிடிச்சு முழுக்க நனைஞ்சிருக்க" கணேசன் சிரித்தபடி, தலைதுவட்டி உடைமாற்றிக் கொண்டான். சம்பத்தை அழைத்துக்கொண்டு வாசல் திண்ணைக்கு வந்தான்.

"என்னடா விஷயம்?"

"நீ ஏண்டா காலேஜுக்கு வரலை?"

"ஊர்லேருந்து அத்தை வந்திருக்கா. அவளைக் கூட்டிக்கொண்டு கோயில் கோயிலா ஏறி இறங்க வேண்டிய வேலை. அதான் வரல. ஏன் ஏதாவது விஷயம் உண்டா?"

"கார்த்தால பஸ்ல நம்ட காலேஜ் பையனை, அவன் என் தோஸ்த், அவனை கண்டக்டர் அவமானப்படுத்திட்டான்."

"ஏன்?"

"பஸ்ஸூல இவன் இடிச்சதா பக்கத்துல நின்ன பொண்ணு கத்த, என்ன ஏதுன்னு விசாரிக்காமயே கண்டக்டர் அவனை கை நீட்டி அடிச்சு இறக்கி விட்டுட்டாம்ப்பா."

“அதுக்கென்ன சம்பத், பஸ்ஸூல சிலநேரம் இப்டி நடக்கறதுதான்.”

“அப்படி சும்மா விட்டுர முடியாது கணேசா!”

“சரி என்ன செய்யப் போறீங்க?”

“நாளைக்கு சிட்டில ஒரு பஸ் ஓடக்கூடாது. நடுரோடுல படுத்து மறியல் பண்ணப்போறோம். மீறி ஏதாவது பஸ் ஓடிச்சுண்ணா கல் எடுத்து எறிவோம். அந்த பொண்ணும், கண்டக்டரும் மன்னிப்பு கேட்கணும்.”

“தப்புடா!” என்றான் கணேசன்.

“என்ன தப்பு?”

“உன் நண்பன் நிரபராதின்னு உன்னால உறுதியா சொல்ல முடியுமா?”

“நிச்சயமா! நா பக்கத்துலதான் இருந்தேன், இன்னும் நாலஞ்சுபேர் இருந்தோம். விம்பிள்டன், ஃபுட்பால் பத்திதான் பேசிட்டு வந்தோம். திடீர்னு சடன் பிரேக் விழுந்தது. பஸ்ஸூல எல்லாருமே ஒருத்தர் மேல் ஒருத்தர் மோதிக்கிட்டோம். அப்போ அந்த பொண்ணு மேல இவன் மோதிட்டான். இவன் வேணும்னு இடிச்சதா நினைச்சு அந்த பொண்ணு சினிமா ஹீரோயின் கணக்கா திரும்பி முறைச்சுது. இவன் சட்டுனு சாரின்னான். கொஞ்ச தூரம் போனதும் ஒரு கூடைக்காரி இறங்கணும்னு வழிவிடச் சொன்னா. அவளும், அவ கூடையும் சேர்ந்து இறங்கும்போது நெரிசலாகி இவன் திரும்பவும் அந்த பொண்ணுமேல இடிச்சுட்டான்.”

நான்தான் கேக்கறேன்... கூடைக்காரிக்கு அந்த பொண்ணு கொஞ்சம் நகர்ந்து வழிவிடலாம் இல்லையா? அது அப்டியே சிலை கணக்கா நிக்க, பக்கத்துல இருந்த நாங்கதான் கஷ்டப்பட்டு வழிவிட்டோம். அவ பக்கத்துல இருந்த காரணத்தால இவன் லேசா இடிக்கவேண்டியதாப் போச்சு.

பஸ்ஸுல இது சகஜம். இது பிடிக்காதவங்க கார்ல போக வேண்டியதுதான். அல்லது ஒதுங்கி முன்னால போவணும். ரெண்டுமில்லாம இடிக்கணும்னு மனசுக்குள்ள நினைச்சிருக்கா அந்த பொண்ணு. இடிச்சப்பறம் கத்தி ஆர்ப்பாட்டம் பண்ணி, எல்லார் கவனத்தையும் தன் மீது திருப்பணுங்கறது அவ பிளான். அதுல... ஒரு சந்தோஷம் சில பொண்ணுங்களுக்கு. பொண்ணுங்க பொய் சொன்னாக்கூட உலகமும் நம்புது.

“இதை இப்டியே விட்டா இன்னிக்கு இவனுக்கேற்பட்ட கதி நாளைக்கு நமக்கும் ஏற்படும். அதுக்குள்ள நாம யாருன்னு காட்டணும். ஆர்ப்பாட்டம் செய்தே ஆகணும்!” சம்பத் வேகமாகச் சொல்ல, கணேசன் சிரித்தான். “பைத்தியக்காரா! இந்த மாதிரி அல்ப விஷயத்துக்கெல்லாம் உணர்ச்சிவசப்பட்டு ஆர்ப்பாட்டத்துல இறங்கறதுனாலதான் நம்மை மாதிரி மாணவர்கள் பேரில் யாருக்குமே நல்ல அபிப்பிராயம் வரதில்ல. பொம்பளை பொய்சொன்னா உலகம் நம்பிடறது நிஜம்தான். ஒத்துக்கறேன். அந்த பெண்ணையும், கண்டக்டரையும் தனியா கூப்பிட்டு பேசி விஷயத்தை எடுத்துச் சொல்லி உன் நண்பன் நிரபராதின்னு புரிய வை. எதுக்கு மறியலும் ஆர்ப்பாட்டமும்! பஸ்ஸு ஓடவிடாமப் பண்ணினா பொது ஜனங்க இல்லை கஷ்டப்படுவாங்க! எதுக்காக அவங்களை கஷ்டப்படுத்தணும்? அதுவுமில்லாம பஸ்ஸு ஓடலனா அரசாங்கத்துக்கு நஷ்டம். அரசாங்கம்ங்கறது என்ன? நாமதான். நம்ம கண்ணை நாமே குத்திக்கறா மாதிரிதான்.” கணேசன் உபதேசம் செய்ய சம்பத் எரிச்சலுற்றான்.

“அப்ப நீ வரமாட்ட?”

“யோசி சம்பத்! இப்பவே பொறுமையில்லாம தொட்டதுக்கெல்லாம் போராடப் புறப்படறவனால எதிர்காலத்தில் எதைச் சாதிக்க முடியும்?”

“போதும்பா! புத்தபிரான்பா நீ! போய் மொட்டைமாடில தபஸ் பண்ணு. நாங்களே பார்த்துக்கறோம். கண்டக்டர் சும்மா அடிக்கலடா...

ஜாதி பேர் சொல்லி திட்டி அடிச்சான். அவனை நாங்க சும்மா விடமாட்டோம்." சம்பத் புயலாகப் போனான்.

மறுநாள் நகரம் ஸ்தம்பித்தது. மாணவர்கள் திடீர் மறியல், பஸ்கள்மீது கல்வீச்சு என்று செய்திகள் பறந்தன. மாணவர்களின் ஒழுக்கம் பற்றி காரசாரமாய், கூட்டம் கூட்டமாக நின்று விவாதம் நடத்தியது சமூகம்.

'வர வர இவனுங்க அட்டகாசம் தாங்கலை. படிக்கப் போறானுங்களா? கலாட்டா செய்யப் போறானுங்களானு தெரியல!' என்று விமர்சித்தார்கள்.

கணேசன் கல்லூரிக்குப் போனபோது மைதானத்தில் ஒரு கூட்டம் கோஷம் போட்டுக் கொண்டிருந்தது. ஒவ்வொரு முகத்திலும் இரத்தம் கொதித்துக் கொண்டிருந்தது. கண்டக்டர் அடித்ததுகூட அங்கே இரண்டாம் பட்சமாகி அவன் ஜாதி பற்றிச் சொன்னதுதான் பெரிதாகியிருந்தது. கணேசன் கவலைப்பட்டான். சின்னப் பொறி கொழுந்துவிட்டு எரியப்போகும் அபாயம் உணர்ந்தான். கம்யூனிட்டி சான்றிதழில் அச்சிடப்பட்டிருக்கும் அத்தனை ஜாதிகளும் அந்தக் கல்லூரிக்குள் அடக்கம் என்ற நிலையில் இந்தப் பொறி மாணவர்களை ஜாதிவாரியாக கூறுபோட்டு பிரித்துவிடுமே என்று பயந்தான்.

அவன் பயம் உண்மையாயிற்று. நேரம் செல்லச் செல்ல கல்லூரி வளாகத்திலேயே மெல்ல உள்நாட்டுப் போர் ஆரம்பமாயிற்று. அடிப்பட்ட மாணவனைச் சேர்ந்த சிலர் ஒரு பிரிவாகவும், போராட்டத்தில் விருப்பமில்லாதவர்கள் மற்றொரு பிரிவாகவும் பிரிந்ததால் குழப்பம் ஏற்பட்டது. மாணவர்களுக்குள் அடிதடி ஆரம்பித்து இரத்த காயத்தில் முடிந்தது.

மறுநாளும் கல்லூரி இயங்கவில்லை. மாணவர்கள் அரசிடம் நியாயம் கேட்டு முழங்கினார்கள். 'அரசே! நியாயம் வழங்கு. எங்கள் ஜாதிக்காரன் இழிவுபடுத்தப்பட்டுவிட்டான். எங்கள் ஜாதிக்கு இன்னும் சலுகைகள் கொடுத்து உயர்த்த வேண்டும். அதுவரை போராடுவோம்'. சிலர் உரக்கக் கத்தினார்கள், ஊர்வலம்

போனார்கள். நியாயம் கேட்டு எழுதப்பட்ட அட்டைகளை சிலர் ஏந்தினார்கள். சம்பத்தும் ஒரு அட்டை ஏந்தி உச்சஸ்தாயியில் கோஷம் போட்டான். பஸ்ஸுக்குள் எதிர்பாராமல் நேரிட்ட ஒரு சின்ன சம்பவம் அங்கே ஜாதிக்கலவரமாய் உருமாறியிருந்தது கண்டு வேதனைப்பட்டான் கணேசன். மாணவர் பேரவை செயலாளர் என்ற முறையில் பிரின்ஸிபால் அவனை அழைத்துப் பேசினார்.

“லுக் கணேசன்... இதென்ன அசிங்கம்? இதனால எவ்ளோ கெட்டபேர் நம்ம கல்லூரிக்குன்னு தெரியுமா?”

“வருத்தப்படறேன் சார்! வன்முறையில் எனக்கும் உடன்பாடில்லைதான். நான் அவர்களை சமாதானம் செய்ய முயல்கிறேன்.”

கணேசன் வெளியில் வந்து சம்பத்தை நோக்கி நடந்தான்.

அவர்களிடம் மிருதுவாகப் பேசினான். போராட்டத்தைக் கைவிட்டுவிடுமாறு பணிவோடு கேட்டான்.

“டேய் மாமா...! ...ஜாதியே தொடைநடுங்கி ஜாதின்னு நிரூபிக்கறயே, பிரின்ஸிகிட்ட எவ்ளோ மால் கண்ணா வாங்கின...”

மீண்டும் ஜாதிபேர் சொல்லி கிண்டல்! கண்டக்டர் செய்தால் தப்பு! இவர்கள் மட்டும் அதையே செய்யலாம்! கணேசனின் ரத்தம் சூடேறியது.

“ஷட் அப்! ஜாதிபேர் சொல்லி திட்டின கண்டக்டருக்கும், உங்களுக்கும் இப்போ என்ன வித்யாசம்? அதே தப்ப நீங்க மட்டும் செய்யலாமா?”

கணேசன் இப்படிக் கேட்டதும், நொச்சென்று அவன் நெற்றியை ஒரு கல் பதம் பார்த்தது. ரத்தம் பொங்கியது. அவசரமாய் சிலர் அவனை அப்புறப்படுத்தி அழைத்துச் சென்றனர்.

கலவரம் அதிகரித்தது. பத்திரிகைக்காரர்கள் வரிந்து கட்டிக்கொண்டு எழுதினார்கள். ஊர் இரண்டுபட்டால் கூத்தாடிக்கு கொண்டாட்டம். இறுதியில் மாணவர் சண்டை அரசியல்வாதிகளுக்கு

வெல்லமாயிற்று. ஆளும் கட்சிக்கு எதிராக, எதிர்க்கட்சி சில மாணவர்களை கைக்குள் போட்டுக்கொள்ள மற்ற கட்சிகளும் தங்கள் பங்குக்கு சில மாணவர்களை வாங்கிக்கொண்டது. ஜாதியால் பிரிந்தவர்கள் பிறகு கட்சியால் பிரிந்து அடித்துக் கொண்டார்கள். முதல்வர் தலைநகரிலிருந்து மாணவர்களை போராட்டத்தைக் கைவிடுமாறு அறிக்கை விட்டிருந்தார். அவர்களது கோரிக்கை பரிசீலிக்கப்படும் என்று உறுதி கூறினார். மாணவர்கள் அதை நம்பிவிடாமல் எதிர்கட்சிகள் தூண்டிவிட்டன. அவர்களுக்கு வக்காலத்து வாங்குவதாகக் கூறிக்கொண்டு ஆளும் கட்சியை காரசாரமாகத் தாக்கின. மொத்தத்தில் ஒன்றுமில்லாத மாணவர்களின் சண்டை எதிர்கட்சிகளுக்கு பகடைக்காயாயிற்று.

கட்டுப்போட்டுப் படுத்திருந்த கணேசன், காதில் அந்த செய்தி விழுந்தபோது அதிர்ந்துபோனான் அவன்.

தங்கள் சக்தியை நிரூபிக்க மாணவர்களைத் தூண்டிவிட்டு தீவிரவாதிகளாக்கியிருந்த சில அரசியல் கட்சிகளால் விஷமிகளாகிவிட்ட மாணவர்கள் சிலர் ரயிலுக்கு வெடிகுண்டு வைக்கப்போவதாக நண்பன் சொன்னதும் பதறிப்போனான் கணேசன். அதில் தீவிரமாயிருப்பது சம்பத்தான் என்று கேள்விப்பட்டதும் திகைத்தான். தங்கள் சக்தியை நிரூபிக்க அப்பாவி ஜனங்களின் உயிரோடவா விளையாடுவார்கள்?

புத்திகெட்டு விட்டதா இவர்களுக்கு? ரயிலுக்கு வெடிகுண்டு வைத்துவிட்டால் பிரச்சனை தீர்ந்துவிடுமா? எதிர்க்கட்சிக்காரன் கோட்டையைப் பிடிப்பதற்காக இப்படி தவறான பாதைக்கு அழைத்துச் சென்றால் இவர்கள் யோசிக்க வேண்டாம்? இப்படி சொல்வார் பேச்சைக்கேட்டு ஆடுபவர்கள்தான் நாட்டை நாளை ஆளப்போகும் எதிர்காலத் தலைவர்களா? இவர்கள் தன் சந்ததிகளை எப்படி வளர்க்கப்போகிறார்கள்! கணேசன் கலவரப்பட்டான். உடனே போலீசுக்குச் சென்று தகவல் சொன்னான். முன்னேற்பாடாக சம்பத்தும், அவன் நண்பர்களும் கைது செய்யப்பட்டனர். "காட்டிக்கொடுத்த கணேசா! உன்னை வந்து கவனிச்சுக்கறேன் பார்!" கறுவினார்கள்.

இவர்களது துவேஷங்கள் வேரோடு களையப்பட்டால்தான் நாளைய சமுதாயம் ஆரோக்கியமாயிருக்கும்! எப்படிக் களைவது? கணேசன் யோசித்தபடி வீடு வந்தான். அம்மா டிவி போட்டு பார்த்துக் கொண்டிருந்தாள். ஏதோ டாக்குமெண்டரிபோல் ஓடிக்கொண்டிருந்தது. சற்றுநேரம் வெறித்துப் பார்த்த கணேசன் திகைத்தான். அந்த டாக்குமெண்டரி படத்தில் ஆழ்ந்து போனான். ரெயில் பெட்டிகள் உருவாக்கப்படுவதை அணு அணுவாகக் காட்டினார்கள். சின்னச் சின்ன பாகமும் நுணுக்கமாக உருவாக்கப்பட்டு, நன்கு சேர்க்கப்பட்டு முழுப்பெட்டிகளாக மாறி அலங்காரங்கள் முடிந்து புதுமணப்பெண்போல பொலிவுடன் வெளியில் செல்லும்வரை மிக அழகாகக் காட்டினார்கள். பார்த்துக்கொண்டே வந்த கணேசனுக்கு சட்டென்று வெளிச்சம் கிடைத்தது. மாணவர்கள் நல்லவர்கள்தான். அவர்களுடைய ஆர்ப்பாட்டங்கள் அர்த்தம் புரியாமல் செய்யப்படுபவை. அதற்கு அஸ்திவாரம் என்று எதுவுமில்லை.

க்ஷண நேரத்தில் பற்றிக்கொள்ளும் நெருப்புக்குச்சிகள் அவர்கள். இந்தப் போராட்டத்தின் காரணம் பார்த்தால் ஒரு அல்ப விஷயம். பஸ்ஸில் ஒரு பெண் மீது இடித்ததை, தெரிந்து இடித்தானா தெரியாமல் இடித்தானா என்று ஆராயாமல் ஒரு பெண் ஒரு மாணவனை அவமானப்படுத்தியிருக்கிறாள். அது தவறுதான் என்றாலும், அதற்காக அது ரயிலுக்கு வெடிவைக்கும் அளவுக்குப் போயிருக்கிறது என்றால் அதற்குக் காரணம் கால்பாதி மாணவர்கள் என்றாலும், முக்கால்பாதி அரசியல் நயவஞ்சகர்களைச் சேரும். அவர்களிடமிருந்து இவர்களைப் பிரித்துவிட்டால் இவர்கள் பலமற்றவர்கள். மிருதுவானவர்கள். வேரோடு கொடியவர்கள் அல்ல. தவறாகப் போதிக்கப்படுவதால் காரணம் புரியாமலே பேரைக் கெடுத்துக்கொள்ளும் குழந்தை மனம் கொண்டவர்கள்.

நல்ல காரியம் என்றாலும் இதே மாணவர்கள் முன்னால் நிற்பார்கள். சென்ற வருடம் ரத்ததான முகாமில் இவர்கள் பாட்டில் பாட்டிலாக வழங்கிய ரத்தம் பல உயிர்களைக் காப்பாற்றி இருக்கிறது. நல்ல விஷயத்திற்கு ரத்தம் கொடுத்த அதே மாணவர்கள் இப்படி சிலநேரம் ஒன்றுமில்லாத விஷயத்திற்கும்

உபயோகமின்றி ரத்தம் சிந்துவார்கள். மொத்தத்தில் மாணவர்கள் கண்ணாடிப் பாத்திரம் போல. முறையாகக் கையாளாவிட்டால் நொறுங்கிப்போய், தானும் சிதைந்து மற்றவர் கால்களையும் புண்ணாக்கி விடுவார்கள்.

இப்போது இந்தக் கண்ணாடிப் பாத்திரங்கள் போலி அரசியல்வாதிகள் என்னும் சில மந்திக் கூட்டத்தின் கைகளில் ஆடிக்கொண்டிருக்கிறது. அந்தக் கைகளிலிருந்து இந்தக் கண்ணாடிப் பாத்திரங்களை பத்திரமாக மீட்டாக வேண்டும். மீட்டுவிட்டால்... வெற்றிதான்! நாளைய இந்தியா ஆரோக்கியமாக இருக்க வேண்டியது அவசியம்.

கணேசன் போலீஸ் கமிஷனரைப் போய்ப் பார்த்துப் பேசினான். தன் திட்டம் பற்றி விளக்கமாகச் சொன்னான். அவரும் அதற்கு ஒத்துழைக்க சம்மதம் கொடுத்தார்.

கைது செய்யப்பட்ட நண்பர்களை ஜாமீனில் விடுவித்தார். "சாரிடா" என்றான் சம்பத்தைப் பார்த்து. சம்பத் ஆத்திரத்தோடு முகம் திருப்பிக் கொண்டான்.

வாசலில் காத்திருந்த ஜீப்பில் அவர்களை ஏறச் சொன்னான்.

"திரும்ப எதுக்கு ஜீப்புல?"

"பயப்படாம ஏறுங்க! உங்களை ஒரு இடத்துக்கு கூட்டிட்டு போகப் போறேன்" புன்சிரிப்போடு சொன்னான்.

தயங்கியபடியே ஏறினார்கள். ஒரு போலீஸ் அதிகாரி முன்னே ஏறிக்கொள்ள ஜீப் புறப்பட்டது. பெரம்பூர் நோக்கி ஓடியது.

ஐ.சி.எ.ஃப் என்று பெரிதாக எழுதப்பட்டிருந்த தொழிற்சாலைக்குள் நுழைந்தது. இங்கே எதற்கு அழைத்து வந்தான் என்ற வியப்போடு நண்பர் கூட்டம் இறங்கியது. அதிகாரி ஒருவர் அவர்களை வரவேற்று ஒவ்வொரு பகுதியாக அழைத்துச் சென்று காட்டினார்.

உதிரி உதிரியாக பாகங்கள் அக்கறையோடு தயாரிக்கப்பட்டு ரெயில்பெட்டியாக உருவாக்கப்பட்டுக் கொண்டிருந்ததை

வாய்பிளந்து பார்த்தார்கள். முழுதாக உருவாகியிருந்த புத்தம்புது ரயில்பெட்டியையும் காட்டினார்.

"பார்த்தாயா சம்பத்! எவ்ளோ கஷ்டப்பட்டு ஒரு ரயில்பெட்டியை உருவாக்கறாங்கன்னு! இது தனிமனித முயற்சியில்ல! பல ஆயிரக்கணக்கான மனிதர்களின் உழைப்பு! இப்டி உருவான ஒன்றை ஒரு நிமிஷத்துல அழிச்சுடறதுனால உங்களுக்கு என்ன லாபம் கிடைச்சுடும்? யோசிச்சு பாருங்க. அதுவுமில்லாம இப்போ இங்க வேலை செய்யறவங்க எல்லாரையும் பார்த்தீங்க இல்ல? டர்பன் கட்டினவன், பூணூல் போட்டவன், சிலுவை அணிந்தவன், குர்ரான் படிக்கறவன் இன்னும் இந்தியாவுல இருக்கற அத்தனை ஜாதி மதத்தை சேர்ந்தவங்களும் இங்க வேலை செய்யறாங்க பார்த்தீங்க இல்ல? அத்தனைபேரின் உழைப்பும் இந்த ஒரு ரயில்பெட்டில இருக்கு. இதுல எந்த பாகம் எந்த ஜாதிக்காரன் செய்ததுன்னு அடையாளம் காட்ட முடியுமா உங்களால?"

நிச்சயம் முடியாது! அது முடியாதுன்னா அழிக்க மட்டும் என்ன உரிமை இருக்கு உங்களுக்கு? உங்க எல்லார் ஜாதிக்காரங்க வியர்வையும்தானே இதுல இருக்கும்? பல மொழிக்காரர்களையும், பல மதங்களையும், பல ஜாதிகளையும் இணைக்கற இந்த ரயில் வெறும் ஜடப்பொருளில்ல! இதுதான் இந்தியா! இதுதான் நம்ம புண்ணியதேசம்! இதை மனசுல நினைச்சுக்கிட்டு இப்போ ரயிலைப் பாருங்க! இதைச் சிதைச்சு பல உயிர்களை பலிவாங்கற எண்ணம் உங்களுக்கு வரவே வராது.

என் வேண்டுகோள் என்னன்னா நீங்க குற்றமற்றவர்கள்னு நிரூபிக்க தாராளமா போராடுங்க. ஆனா உங்க போராட்டம் மத்தவங்களுக்கு வெல்லமாகி விடாம பாத்துக்கங்க. எதுக்குமே அஹிம்சை வழிதான் சிறந்ததுன்னு அதோ அந்தக் கிழவன் சும்மா பொழுதுபோகாம சொல்லிட்டுப் போகலை. உணர்ந்து அனுபவபூர்வமா நடத்திக் காட்டி அதுல வெற்றியும் அடைஞ்சு காட்டியிருக்கார். அவருடைய போராட்டத்துக்கு பின்னால இந்த தேசத்தின் நலன் குறிக்கோளா இருந்தது.

அப்படி ஒரு நல்ல குறிக்கோளுக்காகத்தான் நாமும் போராடணும். அதேமாதிரி அஹிம்சை வழில இப்போ நீங்க நடத்தற போராட்டம் எதுக்குன்னு ஒரு நிமிஷம் யோசிச்சு பாருங்க. நீங்களே வெட்கப்படுவீங்க. வேதனைப்படுவீங்க!"

கணேசன் தன் நீண்ட பேச்சை நிறுத்தி அவர்கள் முகங்களை உற்றுப் பார்த்தான். அவை வெட்கத்தில் குனிந்தன. வேதனையில் சுருங்கின. இறுதியில் தெளிவில் நிமிர்ந்தன. அந்த மனங்களில் சேர்ந்திருந்த அழுக்குகள் எரிந்திருந்தன. சம்பத் சட்டென்று கணேசனை அணைத்துக்கொண்டு கண் கலங்கினான்.

அந்தக் கண்ணீர் கணேசனின் கழுத்து வழியே வழிந்து குளிர்ந்தது. அஹிம்சை வழி உதயமாகி விட்டதை அந்த குளிர்ச்சி உணர்த்தியது. கணேசன் ஒவ்வொரு நண்பனையும் மகிழ்ச்சியோடு அணைத்துக்கொண்டான். அவர்கள் புதிதாய்ப் பிறந்திருந்தார்கள்.

——

இன்னா செய்தவன்... 21

தெப்பக்குள வீதிக்குள் நுழைந்த சங்கரன் திடுக்கிட்டு நின்றார். இருபது வருடமாய்ப் பூட்டியிருந்த வீடு திறந்திருந்தது தயங்கி நின்றார்.

"என்ன சாமி நின்னுட்டீங்க? வேற ஒண்ணுமில்ல. கிச்சாமிதான் திரும்பி வந்துட்டாப்பல!" என்று சேதி சொன்னான் பூக்கார வேலு.

சங்கரன் திரும்பி வந்த வழியே நடந்தார். குஞ்சானுக்கு இட்லி ஊட்டிக் கொண்டிருந்த கல்பகம் அவரை வியப்போடு பார்த்தாள். "என்னாச்சு திரும்பி வந்துட்டேள்?" என்றாள்.

திண்ணையில் சூம்பின கால்களை மண்டியிட்டு உட்கார்ந்திருந்த குஞ்சான் இவரைக் கண்டதும் சந்தோஷத்தில் ரெண்டு கைகளையும் தரையில் தட்டி சிரித்தான். பனங்காயளவு மண்டை, எப்போதும் சிரிக்கும் முகம், வாயோரம் ஒழுகும் ஜொள்ளு. பேசத் தெரியாது. நடக்கத் தெரியாது. குஞ்சானுக்கு முப்பது வயதாகப் போகிறது என்றால் யாரும் நம்ப மாட்டார்கள். பிறவியிலேயே மூளை வளர்ச்சி குறைந்தவன். சங்கரனையும், கல்பகத்தையும் கண்டால் மட்டும் பிரகாசத்தோடு சிரித்து தரையில் தட்டி மகிழ்வான். சட்டை போட்டால் கழற்றிவிடும் உடம்பில் நிக்கர் மட்டும்தான் இருக்கும்.

ஒரு நிமிடம் குஞ்சானையே பார்த்தவர் அருகில் வந்து அவன் தலையை தடவிக் கொடுத்தார். அவரையும் மீறி அவர் விழிகள் பளபளத்தன.

"கிச்சாமி வந்திருக்கானாம்" என்றார் மெல்ல. அந்த வார்த்தைகளுக்கு இடியையும், மின்னலையும் உண்டாக்கும் சக்தி இருந்தது.

கல்பகம் மரம்போல நின்றாள். “முப்பது வருஷத்துக்கு முந்தி ஓடிப்போனவன் எதுக்கு வந்தானாம்?” ஈனஸ்வரத்தில் கேட்டாள்.

“யாரு கண்டா. பன்னண்டு வருஷங்கழிச்சு பார்க்கணும்னாலே கோவில்ல வெச்சுதான் பாக்கணும். இங்கேயோ முப்பது வருஷம். அதான் திரும்பி வந்துட்டேன்” என்றார். கல்பகம் எதுவும் பேசாமல் போய்விட்டாள்.

அன்று முழுக்க சங்கரன் யாரோடும் பேசவில்லை. கொல்லைப்புறத்தில் முல்லைப் பந்தலின் கீழ் ஈசிசேரில் சாய்ந்து கண்மூடிப் படுத்துவிட்டார்.

கல்பகம் இரண்டுமுறை சாப்பிட அழைக்க பசியில்லை என்று சொல்லிவிட்டார். அவரது வேதனை புரிந்த கல்பகம் மௌனமாக நகர்ந்தாள்.

உள்ளே சென்ற கல்பகம் அடுக்களைச் சுவரில் சாய்ந்து உட்கார்ந்துவிட்டாள். அவளது முகம் கல்போல இறுகிக்கிடந்தது. உள்ளத்திலோ சூறாவளி வீசிக் கொண்டிருந்தது.

கிச்சாமி என்னும் கிருஷ்ணசாமி சங்கரனுக்கு அத்தை பிள்ளை. சங்கரனைவிட ஒன்றோ இரண்டோ வயது பெரியவன். ஊரிலேயே மாடி வீடு அவர்களுடையதுதான். அப்பா இல்லாத பிள்ளை தறுதலையாய் வளர்ந்திருந்தான்.

அத்தை மீனாட்சிக்கு ஸ்தூல சரீரம். எதற்கும் ஒத்தாசைக்கு ஆள் வேண்டும். சங்கரனின் கல்யாணத்திற்குப் பிறகு, கல்பகத்தின் அழகும், குணமும் பணிவும் பிடித்துப்போக, பெற்ற பெண்ணாய் பாவித்து எதற்கும் அவளைக் கூப்பிட்டு அனுப்புவாள். அத்தைக்கு சமைத்துக் கொடுத்துவிட்டு அங்கிருந்தே தினம் ஏதாவது ஒரு கூட்டோ, கறியோ குழம்போ அத்தை கொடுப்பதை எடுத்துக்கொண்டு வருவாள் கல்பகம். முதல் குழந்தையை அவள் உண்டானபோது அதிகம் மகிழ்ந்தது அத்தைதான். அங்கேதான், தவறும் செய்துவிட்டாள். நிமிடத்திற்கொருதரம் நீயானம் நல்ல பிள்ளையா பெத்து யோக்கியமா வளருடிம்மா. என்னாட்டம் தறுதலைய பெத்துக்காத என்று சொல்லுவாள்.

கிச்சாமியின் மனசுக்குள் ஆங்காரம் சீறும். பொய், திருட்டு, சிகரெட், குடி என்று சகல குணங்களும் நிறைந்தவனுக்கு பெண் கொடுக்க யாரும் முன்வராததால் அவன் மனசுக்குள் துவேஷமும், எரிச்சலும், பொறாமையும் மண்டிக்கிடந்தது. சங்கரனைக் கண்டால் ஆகாமல் போயிற்று. அதுவும் கல்பகத்தோடு சேர்த்து அவரைப் பார்த்தால் பொறாமை கொழுந்து விட்டெறியும். தன்னைவிட பணங்காசு, அந்தஸ்து எல்லாவற்றிலும் குறைந்த சங்கரனுக்குக் கிடைத்த வாழ்க்கை கண்டு இவன் அடிவயிற்றில் ஹோமகுண்டம் உருவாயிற்று.

சங்கரனும், கல்பகமும் ஆயுசுக்கும் துடிக்கும்படி ஏதேனும் கெடுதல் செய்ய வேண்டுமென்று திட்டம் போட்டான். அதற்குத் தக்க சமயம் பார்த்துக் கொண்டிருந்தவனுக்கு ஒரு நாள் அந்த சமயமும் கிடைத்தபோது நழுவவிடாமல் உபயோகித்துக் கொண்டான்.

அன்று மீனாட்சியும் வேலைக்காரி முத்தம்மாவுடன் தனது ஒன்றுவிட்ட மைத்துனர் ஒருவரின் சாவுக்கு திடீரென்று புறப்பட்டுச் சென்றார்கள். இழவுக்குப் போவதால் சொல்லிக்கொண்டு செல்வானேன் என்ற எண்ணத்தில் சங்கரன் வீட்டில் கூட சொல்லிக்கொள்ளாமால் சென்று விட்டாள். அதுதான் மீனாட்சி செய்த பெரிய தவறு.

அவர்கள் சென்ற ஒரு மணி நேரத்திற்கெல்லாம் மீனாட்சி அழைப்பதாக கல்பகத்தை ஒரு சிறு பெண்ணை விட்டு வரவழைத்தான்.

வானத்தில் நட்சத்திரங்கள் கண் சிமிட்டி ஜாலம் செய்தன. திண்ணையில் குஞ்சானை மடியில் போட்டு தட்டிக் கொண்டிருந்தார் சங்கரன்.

"சாமி..."

"அய்யா..."

சங்கரன் திரும்பினார்.

கோவிலில் பல்லக்குத் தூக்கும் கதிரேசன் நின்றிருந்தான்.

“எத்தனையோ வருஷத்துக்குப் பெறகு கிச்சாமி வந்திருக்காருங்க. அவருக்கு என்ன வியாதின்னு தெரியல. சாவுக்கு நேரத்தை எதிர்பார்க்கறாருங்க. வெறும் எலும்புக் கூட்டுல தோல் போர்த்தினாப்பல இருக்காரு சாமி. மூச்சை பிடிச்சுக்கிட்டு சாகறதுக்குன்னே இந்த ஊருக்கு வந்துட்டாருன்னு நெனைக்கறேன். பேச்சு மூச்சு இல்ல. சாயங்காலம் கொஞ்சம் கண் முழிச்சப்போ உங்களைப்பத்தி கேட்டாருங்க இல்லன்னேன். கண்கலங்கி திரும்ப மயக்கமாய்ட்டாரு. நீங்க ஒரு நடை வந்துதான் பாருங்களேன்.”

சங்கரன் குழம்பினார். அவருடைய இரக்க சுபாவம் அவரைப் போ என்றது. கிச்சாமி செய்திருக்கும் காரியத்திற்கு தான் இப்படி அவனுக்காக இரக்கப்படுவதில் அர்த்தமே இல்லை என்று தோன்றியது. நியாயமாய் முப்பது வருஷத்திற்கு முன்பே அவனை அவர் கொன்றிருக்க வேண்டும். அப்போதும் அவருக்குள்ளிருந்த உயர்ந்த ஆத்மா அவனைப் பிழைத்துப்போ என்று விட்டுவிட்டது.

சங்கரன் அப்படியே திண்ணைத் தூணில் சாய்ந்துகொண்டார்.

குஞ்சான் மடியிலேயே தூங்கிப் போயிருந்தான். மெதுவாய் அவனை நகர்த்தி பாயில் போட்டார். சிறிதுநேரம் அவனையே உற்றுப் பார்த்தார்...

“ஏம்மா கல்பகம் எங்க?”

“மீனாட்சி கூப்ட்டனுப்பிச்சான்னு போயிருக்கா.”

அத்தை கூப்ட்டனுப்பிச்சாளா? சங்கரன் சட்டென்று திகைத்தார். இப்பதானே வண்டிக்கார கோபால் சொன்னான். அத்தையும், வேலைக்காரியும் ஏதோ சாவுக்குப் போயிருப்பதாக, அப்படியிருக்க... சங்கரனின் உள்ளத்தில் ஏதோ நெருட, அம்மாவிடம்கூட எதுவும் சொல்லாமல் விறுவிறுவென்று அத்தை, வீட்டை நோக்கி வரவும், துவைத்த துணியாய், கொதிக்கும் நீரில் விழுந்த மலராய்த் தள்ளாடியபடி கல்பகம் வெளியே வரவும் சரியாயிருந்தது. ஒருகணம் அவரை வெறித்துப் பார்த்தவள் அடுத்தகணம் கோ-வென்று கதறினாள்.

“அந்தப்பாவி என்னை நாசம் பண்ணிட்டான்னா என்னை உங்க கையாலே கொன்னுடுங்கோ! இனிமே நா உயிரோட இருக்கவேபடாது.”

ஆயிரம் தேள்கள் ஒன்றாக மேலே ஏறியதுபோல் துடித்தார் சங்கரன். ஆனால் அந்த நேரத்திலும் அவர் உடைந்துபோகாமல் அடுத்து நடக்க வேண்டியதைப் பற்றி யோசித்ததுதான் ஆச்சரியம். அங்கேதான் அவருடைய மனிதநேயம் முழுமையாய் வெளிப்பட்டது.

தீயில் விழுந்து டொசுங்கியிருக்கும் இந்த பூவுக்கு முதலில் ஆறுதல் தேவை. இதன்மீது எந்தத் தவறும் இல்லை என்பதை உணர்த்த வேண்டும். இப்படி நினைத்தவர் அவளைக் கைத்தாங்கலாக ஒதுக்குப்புறமாயிருந்த அரசமரத்தடி பிள்ளையாருக்கு அருகில் அழைத்துச் சென்றார்.

“இந்த பிள்ளையார் மேல ஆணையா சொல்றேன் கல்பகம். இது ஒரு விபத்து. இது விஷயமா நீ பயப்பட வேண்டியது எனக்கு மட்டும்தான். ஆனா நானே சொல்றேன் இதை நீ மறந்துடணும். ஒரு வண்டி மோதி உன் உடம்பு ஊனமாகியிருந்தா நா எப்படி உன்னை விட்டுடாம கடைசிவரை வெச்சுக் காப்பாத்துவேனோ அதேமாதிரிதான் இதுவும். இங்க ஊனமாகியிருக்கிறது உன் கற்பு. வெளில சொன்னாதான் ஊனம்னு தெரியும். இல்லாட்டா எதுவுமே தெரியாது.”

இனிமே எந்த சூழ்நிலையிலையும் தற்கொலைங்கற முடிவுக்கு போகமாட்டேன்னு இந்த புள்ளையார் முன்னாடி எனக்கு சத்தியம் பண்ணிக்கொடு.

கல்பகம் வேரறுந்த மரம்போல அந்த மனித தெய்வத்தின் கால்களில் விழுந்தாள். கீதோபதேசம் போல இதென்ன சங்கரோபதேசமா? யாரால் இப்படி உயர்வாய் நடந்துகொள்ள முடியும்! இப்படிப்பட்ட மகாத்மாவையா எனக்கு புருஷனாய் கொடுத்திருக்கிறாய் தெய்வமே! அவர் கால்களை கண்ணீரால் கழுவினாள்.

அதன்பிறகு அந்த விஷயம் அவர்களுக்குள்ளேயே புதைந்து போயிற்று. ஆனால் கிச்சாமியின் மனசுக்குள்தான் குடைச்சல் ஆரம்பித்தது. மனசாட்சி என்னும் தேவதை விழித்துக்கொண்டு அவனைக் குத்திக் குதறியது. சங்கரனின் விஸ்வரூபம் தெரியத் தெரிய சிறுத்துப்போய் ஒருநாள் ஊரைவிட்டே காணாமல் போனான்.

ஆனால் அந்த சம்பவத்தின் தொடர்ச்சி கல்பகத்தின் கர்ப்பத்தில் வளர ஆரம்பித்ததும்தான் கல்பகம் துடித்துப்போனாள். என்னவெல்லாம் கைவைத்தியம் உண்டோ அத்தனையும் செய்துகொண்டாள். அது அசைய மறுத்தது. யாருக்கும் தெரியாமல் டவுனில் டாக்டரிடம் போய்க்காட்டி மாத்திரைகளாய் முழுங்கியும் பயனில்லை.

விஷயமறிந்த சங்கரன் பதறினார்.

“என்ன காரியம் பண்ணிட்ட கல்பகம்! தப்புக்கு காரணமானவனையே ச்சீ போடான்னு விட்டப்புறம் இந்த சிசுவை வதம் பண்றது என்ன நியாயம்? மகாபாவம்மா அது. தண்டனைய இதுக்கா குடுப்பா? யார் மேலயோ இருக்கற ஆங்காரத்தை யார்கிட்டயோ காமிக்கற மாதிரிதான் இதுவும். இதை நாம் அழிச்சோம்னா அவனை நாம மன்னிச்சதுக்கு அர்த்தமே இல்லாம போய்டும். துவேஷத்தைக் கைவிடு கல்பகம்! குழந்தைகள் தெய்வங்கள்! ஒரு தெய்வத்தைக் கொன்ன பாவத்தை நாம கட்டிக்க வேண்டாம்.”

கல்பகம் குமுறிக் குமுறி அழுதாள். அதற்குப் பிறகு கொல்ல முயலவில்லை. ஆனால் அதுவரை தின்ற மாத்திரைகளின் பாதிப்புதான் குஞ்சானை இப்படி ஒரு பிறவியாய் மாற்றியிருந்தது. மூளை வளராமல், கை கால் சூம்பி, முப்பது வயசுக்கு எட்டு வயசு பையனைப்போல் கடைவாயில் ஜொள் ஒழுக அசட்டுச் சிரிப்போடு... கல்பகம் துடித்தாள். பகவானே இப்படி இதைப் பிறக்கவெக்கறதுக்கு கருவிலேயே கொன்னிருக்கலாமே. எதுக்கு இப்படி ஒரு பிறவி. ஊரெல்லாம் பரிதாபப்பட்டது ரெண்டு பொண்ணுக்கப்பறம் கருவேப்பிலைக் கொழுந்தாட்டம் ஒரு

பிள்ளை இப்டியா பொறக்கணும் என்று. அப்படி பிறந்துவிட்டாலும், குஞ்சானுக்கு ஆயுசு மட்டும் கெட்டிதான். இல்லாவிட்டால் அப்படியே முப்பது வயசுவரை வளருமா என்ன? கல்பகம்தான் எப்போதாவது சொல்வாள். யாருக்கு உபயோகம்னு தெய்வம் இதை இப்டி விட்டுவெச்சிருக்கு என்று, சங்கரன் மௌனமாய் சிரிப்பார்.

விடியற்காலையில் சேதி வந்தது, கிச்சாமி செத்துவிட்டதாக. சங்கரன் ஒருகணம் பிரமை பிடித்து நின்றார். ஊர்ப்பெரியவர் ஆள் அனுப்பியிருந்தார். அனாதைப் பிணமாய் சடங்குகளை முடித்துவிடலாமா அல்லது சொந்தக்காரன் என்ற முறையில் சங்கரன் ஏதாவது செய்யப்போகிறாரா என்று கேட்டனுப்பியிருந்தார்.

சங்கரன் குழம்பினார். அத்தை மீனாட்சியின் முகம் மனசில் வந்து அவரைக் கையெடுத்துக் கும்பிட்டு கலங்கியது. "சங்கரா கொள்ளி போட பிள்ளைய பெத்தும் பிரயோசனமில்ல பாத்தயாடா. எங்கயோ ஓடிட்டான்! சங்கரா... என் பிணத்தை அனாதையாக்கிடாதப்பா. நீ... நீயே... எனக்கு கொள்ளி போட்டுடுப்பா..." என்னக்கானம் அவன் திரும்பி வந்தா அவனை எதுவும் கேக்க வேண்டாம். அவனுக்கு வேணுங்கற உதவியை எனக்காக செய்வயா சங்கரா?

சாவதற்கு முன் அத்தை பேசிய பேச்சு நினைவுக்கு வந்ததும் கண் கலங்கியது. சங்கரன் உள்ளே வந்தார். பிரமை பிடித்தாற்போல் அமர்ந்திருந்த கல்பகத்தைப் பார்த்தார்...

"நா குஞ்சானை அழச்சுண்டு போறேன் கல்பகம்" என்றார்.

"எங்கன்னா?" ஈனஸ்வரத்தில் கேட்டாள்.

"கிச்சாமிக்கு கொள்ளி போட!" என்று சொல்லிவிட்டு குஞ்சானைத் தூக்கிக்கொண்டு தெருவில் இறங்கினார்.

முற்றும்

www.ingramcontent.com/pod-product-compliance
Lightning Source LLC
LaVergne TN
LVHW100247051026
849517LV00006B/2029